மோடியின் குஜராத்

இந்தியாவின் வளர்ச்சிக்கு ஒரு முன்மாதிரி

சரவணன் தங்கதுரை

தகவல் தொழில் நுட்பத் துறையில் 15 ஆண்டுகளுக்கும் மேலாகப் பணியாற்றிவருகிறார். முதுகலைப் பட்டதாரியான இவர், 'புராஜெக்ட் நிர்வாகம்' என்ற புத்தகத்தை எழுதியுள்ளார்.

மோடியின் குஜராத்

இந்தியாவின் வளர்ச்சிக்கு ஒரு முன்மாதிரி

சரவணன் தங்கதுரை

கிழக்கு

மோடியின் குஜராத்: இந்தியாவின் வளர்ச்சிக்கு ஒரு முன்மாதிரி
Modiyin Gujarat: *Indiavin Valarchikku Oru Munmathiri*
by Saravanan Thangadurai ©

First Edition: December 2012
152 Pages
Printed in India.

ISBN: 978-81-8493-699-5
Title No. Kizhakku 701

Kizhakku Pathippagam
177/103, First Floor,
Ambal's Building, Lloyds Road,
Royapettah, Chennai 600 014.
Ph: +91-44-4200-9601

Email : support@nhm.in
Website : www.nhm.in

Author's Email: saravanan.chennai@gmail.com
Cover Image Courtesy: www.narendramodi.in

Kizhakku Pathippagam is an imprint of New Horizon Media Private Limited

This book is sold subject to the condition that it shall not, by way of trade or otherwise, be lent, resold, hired out, or otherwise circulated without the publisher's prior written consent in any form of binding or cover other than that in which it is published and without a similar condition including this the rights under copyright reserved above, no part of this publication may be reproduced, stored in or introduced into a retrieval system, or transmitted in any form or by any means (electronic, mechanical, photocopying, recording or otherwise), without the prior written permission of both the copyright owner and the above-mentioned publisher of this book.

சமர்ப்பணம்

இந்தியா வல்லரசாகக்
கனவுகாணும் அனைவருக்கும்

உள்ளே

	முன்னுரை	/ 09
1.	மின்சாரம்	/ 13
2.	விவசாயம்	/ 28
3.	கல்வி	/ 39
4.	குடிநீர்	/ 51
5.	சுகாதாரம்	/ 61
6.	ஆட்சிமுறையில் மாற்றம்	/ 68
7.	உள் கட்டமைப்பு	/ 81
8.	தொழில் வளர்ச்சி	/ 102
9.	மனிதவள மேம்பாடு	/ 112
10.	பேரிடர் மேலாண்மை	/ 128
11.	தலைமைத்துவம்	/ 137
	முடிவுரை	/ 143

நன்றி

இந்தப் புத்தகத்தை எழுத உறுதுணையாக இருந்த அண்ணன், திரைப்பட இயக்குனர் திரு சின்னப்பா கணேசனுக்கும், மூத்த பத்திரிகையாளரும் சமூக சேவகருமான திரு சந்திரனுக்கும், குஜராத் நண்பர்கள், சமூக ஆர்வலர்கள், தட்டச்சு செய்து கொடுத்த திருமதி உஷா பிரசாத் ஆகியோருக்கும், இந்தப் புத்தகம் உருவாக இரவும் பகலும் எனக்கு உறுதுணையாக இருந்த எனது தாயார் பார்வதி, மனைவி கௌசலாபதி, மகன் பிரீத்தன் ஆகியோருக்கும் எனது அன்பையும் நன்றியையும் தெரிவித்துக்கொள்கிறேன்.

எல்லாவற்றுக்கும் மேலாக கிழக்கு பதிப்பகத்துக்கும் பத்ரி சேஷாத்ரிக்கும் நன்றியைத் தெரிவித்துக்கொள்கிறேன்.

சென்னை அன்புடன்

12.12.12 **சரவணன் தங்கதுரை**

முன்னுரை

எதுவெல்லாம் சாத்தியமோ அதுவெல்லாம் சாத்தியமல்ல என்று தொடர்ந்து இந்தியர்களாகிய நாம் நம்பவைக்கப்பட்டு வருகிறோம்.

அந்தப் பட்டியல் மிக நீளமானது.

குடி தண்ணீர்ப் பிரச்னையைத் தீர்க்க முடியுமா?

முடியவே முடியாது!

நாளுக்கு நாள் மக்கள் தொகை பெருகிக்கொண்டே இருக்கிறது.

அதை எப்படித் தீர்க்கமுடியும்?

எல்லோருக்கும் 24 மணிநேரமும் தடையில்லா மின்சாரம் கிடைக்குமா?

அது எப்படி முடியும்? மின்சாரம் என்ன மரத்திலா விளைகிறது?

விவசாயிகள் வாழ்வில் முன்னேற்றம் ஏற்படுமா?

சாத்தியமே இல்லை. உனக்கு வேறு வேலை இல்லையா?

நதிகளை இணைக்க முடியுமா?

நதிகளையாவது, இணைக்கிறதாவது? அது முன்பெல்லாம் பலருக்குக் கனவாக இருந்தது. ஆனால் இப்போதெல்லாம் அதைக் கனவில்கூடக் காணமுடியாத நிலைதான். என்ன, நாட்டில் குழப்பத்தை ஏற்படுத்தப் பார்க்கிறாயா? இயற்கையை

மாற்ற நினைக்காதே. ஜீவ நதிகள் கடலில் போய்க் கலக்கட்டும். பெரு வெள்ளம் நாட்டை அழிக்கட்டும். பாலைவனங்கள் பாலைவனங்களாகவே இருக்கட்டும். இயற்கைக்கு எதிராக ஏன் செயல்படத் துடிக்கிறீர்கள்?

ஐ.ஏ.எஸ், ஐ.பி.எஸ் அதிகாரிகள், குக்கிராமங்களுக்குச் சென்று மக்கள் பிரச்னைகளைத் தீர்ப்பதைப் பார்க்க முடியுமா?

ஏம்பா, கனவு காணுகிறாய்? அவர்களெல்லாம் எவ்வளவு படித்தவர்கள்? ஏன் அவர்கள் நம்மைப் பார்க்க வரவேண்டும்? அவர்கள் இருந்த இடத்திலிருந்தே எவ்வளவு வேலை செய் கிறார்கள்? அதெல்லாம் நடக்காது. வீணாகக் கனவு காணாதே?

ஏழைப்பாழைகளின் தனிப்பட்ட பிரச்னைகளைத் தீர்க்க முதலமைச்சர் வருவாரா?

இது குசும்புதானே? அவரெல்லாம் மாநிலப் பிரச்னைகளைத் தீர்க்கவே நேரம் இல்லாமல், எங்கேயும் பயணம் செய்யாமல் தலைமைச் செயலகத்திலேயே அதிகாரிகளோடு திட்டம் திட்டமாகத் தீட்டிக்கொண்டிருக்கிறார். அவரைப்போய், உங்கள் சொந்த பிரச்னையைத் தீர்க்கச் சொல்லித் தொந்தரவு பண்ணலாமா? தீர்க்க முடியாத பிரச்னையா? கலெக்டரைப் பாருங்கள், போலீஸ் ஸ்டேசன் போங்கள், இல்லையா கோர்ட்டுக்குப் போங்கள். வெட்டியாகக் கனவு காணாதீர்கள்.

கூவத்தின் நாற்றத்தைப் போக்க முடியுமா?

இதுதானே வேண்டாம் என்பது? திருநெல்வேலி என்றால் அல்வா. அதுமாதிரி சென்னை என்றால் துர்நாற்றம் வீசும் அழகிய கூவம். நகரத்தின் அடையாளத்தையே அழிக்கப் பார்க்கிறீர்களா?

தொழில் முதலீடுகளைக் கவர முடியுமா?

முடியும், ஆனால் முடியாது. நாங்களெல்லாம் கட்சி நடத்துவது எப்படி? எங்களுக்கு யார் முதலீடு பண்ணுவது?

திட்டங்களைக் குறிப்பிட்ட காலத்துக்கு முன்னதாகவே முடிக்க முடியுமா?

திட்டத்துக்கான பணத்தை வேண்டுமானால் முன்னதாகவே காலி பண்ணிவிடுவோம். இந்தியர்கள் எப்போதுதான் நேரத்துக்கு

வேலையை முடித்தார்கள்? அப்படி ஒரு சரித்திரமே நமக்குக் கிடையாதே?

உலகம் வெப்பமயமாதலைத் தடுக்க முடியுமா?

என்னப்பா, கிண்டலா? அது அமெரிக்காக்காரனுடைய வியாபாரத் தந்திரம், சதி! இந்தியாவுக்கெல்லாம் ஒன்றும் ஆகாது. கவலைப்படாதீர்கள். மெதுவாகப் பிறகு பார்த்துக்கொள்ளலாம்.

போக்குவரத்து நெரிசலைக் குறைக்க முடியுமா?

போக்குவரத்து என்றாலே, நெரிசல் இருக்கத்தான் செய்யும். மக்கள் தொகையோடு வண்டிகளும் கூடுகின்றன. அப்புறம் எப்படி நெரிசலைக் குறைப்பது? நகரத்தின் அடையாளமே, நெருக்கடிதானே.

அரசு அதிகாரிகளிடமிருந்து நமது மின்னஞ்சலுக்குப் பதில் கிடைக்குமா? அதுவும் ஒரே நாளில் கிடைக்குமா?

'ஏய், உனக்கு என்ன வேணும்? எது இருந்தாலும் நேரா வா பேசிக்கலாம். என் பி.ஏ.வைப் பாரு, என்ன பண்ணணும்ணு அவரு சொல்லுவாரு. சும்மா, ஃபோன், இ-மெயிலுன்னு நேரத்தை வீணடிக்காதே. எந்த ஊரு? கோயம்புத்தூரா? டிரெயினையோ, பஸ்ஸையோ புடிச்சு, ரூம் போட்டுட்டு மத்தியானம் போல வந்து பாரு.' இது உங்களுக்கு ஏற்பட்ட அனுபவமாக இருக்கலாம். அல்லது உங்கள் உறவினருக்கோ, நண்பர்களுக்கோ ஏற்பட்ட அனுபவமாகவோ இருக்கலாம்.

முடிவாக, எதிர்காலம் பற்றிய நம் நம்பிக்கைகள் அவ்வளவு பிரகாசமாக இல்லை!

இது உண்மையா?

மேற்குறிப்பிட்ட அனைத்துக் கேள்விகளுக்கும் சாதகமான விடையை நம்மோடு வாழ்ந்துகொண்டிருக்கும் ஓர் இந்தியர் கொடுத்துக்கொண்டிருக்கிறார். ஆறு கோடி மக்களைக் கொண்ட குஜராத் மாநிலத்தை, இந்தியாவின் மாதிரி மாநிலமாக உலகத் தளத்தில் உயர்த்தியுள்ளார். அதுவும் வெறும் 10 ஆண்டுகால ஆட்சியில்.

புதுப்புது முயற்சிகள் மூலம் பல்வேறு நடவடிக்கைகளை மேற்கொண்டு அம்மாநிலத்தை எல்லாத் துறைகளிலும் முன்னணி மாநிலமாக மாற்றியுள்ளார்.

நரேந்திர மோடிதான், அந்த சக இந்தியர்.

மக்களைக் கொண்டே, அவர்களுக்குத் தேவையான முன்னேற்றத்தை அடையச் செய்யும் நரேந்திர மோடி அரசின் சூத்திரங்களை இனிவரும் பக்கங்களில் பார்க்கலாம்.

அவை, நமது நம்பிக்கைகளை மீட்டெடுக்க உதவுவதோடு, இந்தியா வளர்ச்சி அடைந்த நாடாக உலகில் ஜொலிப்பது சாத்தியம்தான் என நம்மை நம்ப வைக்கிறது.

இந்தப் புத்தகம் நரேந்திர மோடியின் வாழ்க்கை வரலாறு அல்ல. அவருடைய கட்சியின் தேர்தல் அறிக்கையும் அல்ல. என் தேடலுக்குக் கிடைத்த பதில்.

இந்தியாவால் வளர்ச்சி அடைந்த நாடாக முடியுமா, ஏன் இத்தனை வளங்கள் இருந்தும் நாம் தேங்கிக் கிடக்கிறோம், ஊழலில் திளைத்துக்கொண்டிருக்கிறோம், ஏன் நம் மக்கள் ஏழைமையில் உழன்றுகொண்டிருக்கிறார்கள் என்ற வருத்தத்தில் நான் இருந்தபோது குஜராத் பற்றிக் கேள்விப்பட்டேன். சில விஷயங்களை நம்ப முடியவில்லை. எனவே நானே சென்று பார்த்துவிடுவது என்ற முடிவுக்கு வந்தேன்.

சில முறை பயணம் செய்தேன். பலரிடம் பேசினேன். தகவல்களைத் திரட்டினேன். நான் கண்டது முதலில் எனக்கு நம்பிக்கை தந்தது. அந்த நம்பிக்கையை உங்களுடன் பகிர்ந்துகொள்வதுதான் இந்தப் புத்தகத்தின் நோக்கம். நம்மாலும் நம் மாநிலத்தை மிகச் சிறந்த மாநிலமாக, வளர்ச்சி அடைந்த பகுதியாக மாற்ற முடியும் என்கிற நம்பிக்கை எனக்கு இப்போது வந்துள்ளது. சரியான தலைவர், தொலைநோக்குள்ள திட்டங்கள், செயல்படுத்தியே தீரவேண்டும் என்கிற வெறி, இவை போதும். ஏனெனில் இவற்றை மட்டும் வைத்துக்கொண்டுதான் நரேந்திர மோடி என்ற சரியான தலைவர், குஜராத்தில் இவற்றைச் செய்துகாட்டியுள்ளார்.

நரேந்திர மோடி சொல்வதை போல், நமது கனவுகள் நம்மைத் தூங்கவிடாமல் செய்யட்டும். வாருங்கள், குஜராத்தில் கடந்த பத்தாண்டுகளில் என்ன நடந்திருக்கிறது என்பதை ஒரு பார்வை பார்ப்போம்.

1

மின்சாரம்

தடையில்லா மின்சாரமே ஒரு நாட்டு வளர்ச்சியின் அளவுகோல். இதனை அடிப்படையாகக் கொண்டே ஒரு நாடு வளர்ந்து விட்டதா, அல்லது வளர்ந்துகொண்டே இருக்கிறதா என்பதைப் புரிந்துகொள்ள முடியும்.

பல ஆண்டுகளாக வளர்ந்துகொண்டே இருக்கும் நமது நாட்டின் மின்சார நிலைமையை அனைவரும் அறிவர். குறிப்பாக கிராமவாசிகள் நன்கு உணர்ந்து உள்ளனர்.

இன்று, பல மாநிலங்களில் மின்சாரம் தடைப்பட்டால் மீண்டும் அது எப்போது வரும் என்று மாநில முதல்வரேகூடச் சொல்ல முடியாத நிலைதான் உள்ளது. தடைப்பட்ட மின்சாரம் இரண்டு மணி நேரத்தில் வரலாம், அல்லது இரண்டொரு நாளில்கூட வரலாம். சென்னை போன்ற முன்னேறிய மாநகரத்தில்கூட இத்தகைய சூழல்தான் உள்ளது. அறிவிக்கப்பட்ட மின்தடை, அறிவிக்கப்படாத மின்தடை, ரேஷன் மின்சாரம் இப்படி யெல்லாம் பல பதங்களைப் பயன்படுத்தியும், மக்களுக்கு மின்சாரம் வழங்கப்படாத நிலைதான் உள்ளது.

'கரண்டு போச்சு... இனி ரெண்டு மணி நேரத்துக்கு வராது அல்லது மூன்று மணி நேரத்துக்கு வராது' என்று வீடுகளில் நாம் பேசுவதை கவனிக்கும் மூன்று வயது குழந்தை, 'கரண்டு எங்கே போச்சு? யார் கூட்டிக்கொண்டு போனார்கள்?' என்று நம்மைப் பார்த்துக் கேட்கிறது. இத்தகைய கேள்விகளை எதிர்கொள்ளும் போது, உதட்டளவில் நாம் சிரித்தாலும், அதற்கான விடையை நமது ஆட்சியாளர்கள் கடந்த 65 ஆண்டுகளாகக் காணத்

தவறிவிட்டார்களே என்று எண்ணும்போது கோபம்தான் வருகிறது.

மின்சாரத் தட்டுப்பாட்டால் விவசாயமும் தொழிற்சாலைகளும் நேரடியாக பாதிப்புக்கு உள்ளாகின்றன. மறைமுகமாக, இரவு நேர மின்தடையால் கொலை, கொள்ளைக் குற்றங்கள் பெருகு கின்றன. இரவில் சரியாகத் தூங்கமுடியாததால், மறுநாள் வேலை செய்யும் திறன் பாதிக்கப்படுகிறது. இது வீட்டின் வளர்ச்சியையும் பாதிக்கிறது, நாட்டின் வளர்ச்சியையும் பாதிக்கிறது.

இது தவிர, சீரற்ற மின்சாரத்தால் விவசாயிகளின் மின்சார மோட்டார் பம்புகள் அடிக்கடிப் பழுதாகின்றன. தொழிற்சாலை இயந்திரங்கள் பழுதாகின்றன. இவை மட்டுமல்ல, வீடுகளில் உள்ள தொலைக்காட்சிப் பெட்டி, குளிர்சாதனப் பெட்டி போன்ற மின்சாதனங்களும் திடீர், திடீரெனப் பழுதாகின்றன.

சாதாரணக் குடிமக்களுக்கு தெரிந்த இந்த விஷயம், ஏன் நம் ஆட்சியாளர்களுக்குப் புரியவில்லை?

இதற்கு முதற்காரணம் ஆட்சியாளர்களுக்கும் மக்களுக்கும் உள்ள பெரிய இடைவெளி. மக்களின் பிரச்னைகளைப் புரிந்துகொள்ளும் திறமை இல்லாதவர்கள் ஆட்சியாளர்கள் ஆனது மற்றொரு காரணம். அதோடு பல ஆட்சியாளர்கள், மக்கள் தலைவர்களாக இல்லாமல் பிரபுக்கள்போல் உலா வருவது இன்னுமொரு காரணம்.

குஜராத்தில் உபரி மின்சாரம்

மற்ற மாநிலங்கள் எல்லாம் மின்சாரத்துக்காகச் சண்டை போட்டுக்கொண்டிருக்கும்போது, குஜராத்தில் மட்டும் எப்படி மின்சாரம் உபரியாகக் கிடைக்கிறது?

குஜராத்தில் 24 மணி நேரமும் தடையில்லாத மின்சாரம் கிடைக் கிறது. இது பத்திரிக்கையில் பணம் கொடுத்துப் போடப்பட்ட விளம்பரம் அல்ல. அரசியல்வாதிகளின் பிதற்றலும் அல்ல.

கடந்த பல ஆண்டுகளாகவே குஜராத் மாநிலத்தில் அனைத்து மக்களுக்கும் 24 மணி நேரமும் தடையில்லாத மின்சாரம் வழங்கப்பட்டு வருகிறது. அதுவும் மும்முனை மின் இணைப்பு.

2011-ம் ஆண்டுக் கணக்குப்படி குஜராத்தில் மொத்தம் 18,066 கிராமங்கள் உள்ளன. இதில் 18,031 கிராமங்களுக்கு 2006-ம் ஆண்டே மின்சாரம் போய்ச் சேர்ந்துவிட்டது. அதோடு, அவற்றைச் சார்ந்த சுமார் 9,700 குக்கிராமங்களும் மின்சார ஒளியைப் பெற்றுவிட்டன. மீதமுள்ள 34 கிராமங்களுக்கு மட்டும் மின் இணைப்பு வழங்கப்படவில்லை. ஒருவேளை இந்த கிராமங்கள் அடர்ந்த காட்டுப் பகுதிகளுக்குள் இருக்கலாம் அல்லது எளிதில் மின் இணைப்பு வழங்க முடியாத பகுதியில் இருக்கலாம்.

நான் குஜராத்தில் சுற்றுப்பயணம் செய்தபோது ஒரு நாள் இரவு அகமதாபாத்தில் தங்கினேன். கடுமையான இடி, மின்னலுடன் மழை கொட்டியது. காதைப் பிளக்கும் இடி ஓசை. மரங்கள்கூடச் சாய்ந்தன. என்ன ஆச்சரியம்! அப்போதும்கூட மின்சாரம் தடைப் படவில்லை. இது மட்டுமல்ல, அங்கு டிவி, ஃபிரிட்ஜ் போன்ற வற்றை வாங்கும்போது யாரும் ஸ்டெபிலைசர்களை வாங்குவ தில்லை. யூ.பி.எஸ், இன்வெர்ட்டர்கள் போன்றவற்றுக்கு குஜராத்தில் வேலையேயே இல்லை.

இந்தியாவில் உள்ள மற்ற மாநிலங்களில் விவசாயம் செய்ய முடியாமல் பிற தொழிலுக்கு விவசாயிகள் மாறிக்கொண்டு வரும் சூழ்நிலையில் குஜராத்தில் மட்டும் ஆண்டுக்கு ஆண்டு விவசாயத்தின் பரப்பு அதிகமாகிக்கொண்டே போகிறது. இதற்கு முக்கியக் காரணம் அம்மாநில விவசாயிகளுக்குக் கிடைக்கும் தடையில்லாத, தரமான மின்சாரம்.

குஜராத்தில் உற்பத்தி செய்யப்படும் மின்சாரம், அந்த மாநிலத் தேவைகளை முழுமையாகப் பூர்த்தி செய்தபின், மீதம் இருக்கும் உபரி மின்சாரத்தை 16-க்கும் மேற்பட்ட மாநிலங்களுக்கு வழங்கிவருகிறார்கள். நமது வீட்டுக்கு வரும் மின்சாரம்கூட ஒரு வேளை குஜராத்திலிருந்து வந்ததாக இருக்கலாம். இதில் ஆச்சரியப்படுவதற்கு ஒன்றுமில்லை.

மொத்த இந்தியாவும் மின்சாரத்துக்காகத் தவம் கிடக்கும்போது, நரேந்திர மோடி அரசு மட்டும் அதிகமான, தரமான மின்சாரத்தை எப்படித் தயாரித்து வருகிறது.

இது ஒரு ஒப்பற்ற தலைமையின் அடையாளம். சரியான திட்ட மிடலின் விளைவு. அனைத்துத் தடைகளையும் கடந்து, எடுத்த

காரியத்தைக் குறித்த நேரத்துக்குள் முடிக்கும் நிர்வாகத் திறமை யின் வெளிப்பாடு.

ஜோதிகிராம் யோஜனா

குஜராத்திலும் மின்தடை இருந்தது. கிடைத்த மின்சாரமும் தர மற்றதாகவும் குறைந்த மின்னழுத்தம் உடையதாகவும் இருந்தது.

இதனால் 2003-ம் ஆண்டு ஜோதிகிராம் யோஜனா என்ற புதிய திட்டத்தை நரேந்திர மோடி தொடங்கினார். இந்தத் திட்டத்தின் நோக்கம், அனைவருக்கும் 'தடையற்ற, தரமான மின்சாரம் வழங்குவதே'.

ஜோதிகிராம் யோஜனா திட்டத்தின்மூலம் குஜராத்தில் உள்ள 18,065 கிராமங்களுக்கு 24 மணிநேர மின்சாரம் வழங்க முடிவு செய்யப்பட்டது. இதற்காக 1,290 கோடி ரூபாய் ஒதுக்கப்பட்டது.

இதுபோல விவாசயத்துக்கு மின்சாரம் வழங்குவதிலும் தனிக்கவனம் செலுத்தப்பட்டது. இதற்காக பிரத்தியேக மின் இணைப்புகளை ஏற்படுத்தவும் முடிவு செய்யப்பட்டது.

முதல்கட்டமாக விவசாயிகளுக்கு மின்சாரம் வழங்குவதற்காகப் பிரத்யேக மின் இணைப்பு வலை ஒன்று அமைக்கப்பட்டது. அதற்காக 4,615 மின்மாற்றிகள் (டிரான்ஸ்ஃபார்மர்கள்) நிறுவப் பட்டன. மற்ற உபயோகங்களுக்கு (வீடுகள், தொழிற்சாலை கள்) தனி இணைப்பு ஒன்று அமைக்கப்பட்டது. இதன்மூலம் விவசாயிகளுக்குத் தடையற்ற மின்சாரம் உறுதி செய்யப்பட்டது.

இவ்வாறு மின் விநியோகத்தை இரு பெரும் பிரிவுகளாகப் பிரித்ததன்மூலம் குஜராத் மாநிலம் எத்தகைய சூழ்நிலையிலும் முழுமையாக இருளில் மூழ்காது என்ற நிலை ஏற்பட்டது. ஓர் இணைப்பில் தடங்கல் ஏற்பட்டால், மற்ற இணைப்பு மூலம் நிலைமையைச் சமாளிக்க முடியும். இதற்காக 78,453 கிலோ மீட்டர் தூரத்துக்கு மேல் புதிய மின்கம்பிகள் போடப்பட்டன.

இவ்வளவு பெரிய திட்டத்தை, அதுவும் அரசாங்கத் திட்டத்தைச் செய்து முடிக்க எப்படியும் 7 அல்லது 8 ஆண்டுகள் ஆகியிருக்கும் என்றுதானே நீங்கள் நினைக்கிறீர்கள்? அதுதான் இல்லை. வெறும் 30 மாதங்களில் திட்டமிடப்பட்டுச் செயல்பாட்டுக்கு வந்துவிட்டது இந்தத் திட்டம்.

ஜோதிகிராம் யோஜனா

புதிய மின்மாற்றிகள்: 18,724

நடப்பட்ட புதிய மின்கம்பங்கள்: 17,28,344

புதிய உயரழுத்த வயர்கள் (H.T. Lines): 56,307 கி.மீ

புதிய குறைந்தழுத்த வயர்கள் (L.T. Lines): 22,146 கி.மீ

செய்துமுடித்த நாட்கள்: 1,000

இது நமக்குப் பெரிய சாதனையாகத் தோன்றலாம். ஆனால் நரேந்திர மோடியின் நிர்வாகத்துக்கு இது ஒரு மைல்கல். அவ்வளவுதான்.

லாபத்தில் மின்சார வாரியம்

குஜராத் முதல்வராக நரேந்திர மோடி பதவி ஏற்றபோது, 2000-01-ம் ஆண்டு நிதிநிலை அறிக்கையின்படி, குஜராத் மின்சார வாரியம் 2,542 கோடி ரூபாய் நஷ்டத்தில் இயங்கியது. இது ஒன்றும் அசாதாரணமான விஷயமல்ல. பொதுவாக நமது நாட்டில் உள்ள அனைத்து மாநில மின்சார வாரியங்களும் நஷ்டத்தில்தான் இயங்கின, இப்போதும் கிட்டத்தட்ட அப்படியேதான் இயங்கிக்கொண்டிருக்கின்றன.

இப்படி நஷ்டத்தில் இயங்கிய குஜராத் மின்சார வாரியம் 5 ஆண்டுகளுக்குள் ஒரு மாபெரும் சரித்திரத்தைப் படைத்தது. 2006-ம் ஆண்டு ஜுன் மாதம் 13-ம் தேதி அன்று குஜராத் மாநில மின்சார வாரியம், 202 கோடி ரூபாய் நிகர லாபம் ஈட்டியுள்ளது என்ற செய்தி வெளியானது.

இது ஏதோ, மின் கட்டணத்தை உயர்த்தி, அதன்மூலம் வந்த சாதனை அல்ல. மிகத் தெளிவாகத் திட்டமிட்டு, உறுதியான, கடின உழைப்பால் உருவானதாகும்.

நரேந்திர மோடி முதல்வராகப் பதவி ஏற்றபோது, மற்ற மாநிலங்களைப் போலவே குஜராத்திலும் மின்சாரத் திருட்டு, மின் கட்டண பாக்கி போன்றவை நடைமுறையில் இருந்தன. ஏதோ சாமானியர்கள் மட்டும்தான் இப்படிச் செய்துவந்தார்கள் என்று எண்ணிவிடாதீர்கள். பெரிய தொழிற்சாலை களும் அரசியல் பெரும் புள்ளிகளும் இத்தகைய வேலைகளைச் சர்வசாதாரணமாகச் செய்துவந்தனர்.

மின்சார வாரியத்தின் நஷ்டத்துக்கு இதுதான் முதல் காரணம் என்பதை மோடி அரசு உணர்ந்தது.

மின்திருட்டுக்கு வேட்டு

எனவே முதலில் 'களை' எடுக்கும் வேலையை மோடி தொடங்கினார். மின்சாரத் திருட்டைத் தடுக்கத் தனியாகக் காவல் நிலையங்கள் அமைக்கப்பட்டன. மின்சாரத் திருட்டைக் கண்காணிக்க என்று ஓய்வுபெற்ற ராணுவ வீரர்கள் 500 பேர் பணியில் அமர்த்தப்பட்டனர். இதன்மூலம் பல்லாயிரக்கணக்கான திருட்டு இணைப்புகள் கண்டுபிடிக்கப்பட்டு அவையெல்லாம் துண்டிக்கப்பட்டன. அத்தோடு நிற்கவில்லை. மின் திருடர்களை நீதிமன்றத்தில் நிறுத்தி அவர்களுக்குத் தண்டனையும் வாங்கிக் கொடுக்கப்பட்டது. அவர்களிடமிருந்து மின்சாரக் கட்டணம் வட்டியும் முதலுமாக வசூலிக்கப்பட்டது.

மின்சாரத் திருட்டைக் கண்டுபிடிப்பது அவ்வளவு சாதாரண விஷயமா என்ன? அது ஒரு பெரிய கதை.

மின்வாரிய ஊழியர்கள், போலீசார் துணையுடன் ஊர் ஊராகச் சென்று மின் இணைப்புகள் நல்ல இணைப்புகள்தானா அல்லது திருட்டு இணைப்புகளா என்பதைச் சரிபார்த்தனர். பல சந்தர்ப்பங்களில் மின் திருடர்களாலும் அரசியல் குண்டர்களாலும் அவர்கள் தாக்கப்பட்டனர். அவர்களுக்கு எதிராக அப்பாவி மக்களைத் தூண்டிவிட்டு சிலர் போராட்டங்களை நடத்தினர். இதற்கெல்லாம் மேலாக அவர்களைக் கடத்திச் சென்ற சம்பவங்களும் நடந்தன.

ஆனால் இவற்றையெல்லாம் எதிர்கொண்டு, மின்சாரத் திருட்டு முற்றிலுமாக முறியடிக்கப்பட்டது.

நியாயமான விலை

2003-ம் ஆண்டு மின்சாரத் துறையை முதல்வர் நரேந்திர மோடி தன்வசம் வைத்துக்கொண்டார். மிகப்பெரிய சீர்திருத்தத்தை மேற்கொள்ளப் புறப்படும்போது, கடுமையான எதிர்ப்புகளைச் சமாளிக்கவேண்டி வரும் என்பதற்காகவும் மின்சாரத் துறைக்கு அரசு எவ்வளவு முக்கியத்துவம் கொடுக்கிறது என்பதை உணர்த்தவும் முதல்வரே இத்துறையைத் தன் வசம் வைத்துக் கொண்டார்.

தனியார் நிறுவனங்களிலிருந்து அதிக விலைக்கு மின்சாரத்தை வாங்கிக் குறைந்த விலைக்கு மக்களுக்கு வழங்கும் முறை ஏறக்குறைய அனைத்து மாநிலங்களிலும் உள்ளது. குஜராத்திலும் மோடி முதல்வர் ஆவதற்குமுன் இதுதான் நடைமுறையில் இருந்தது. அரசுக்கு மின்சாரம் விற்பனை செய்யும் நிறுவனங்களை அழைத்துப் பேசி அதிக விலைக்குத் தனியாரிடமிருந்து மின்சாரம் வாங்கும் வழக்கத்தை மோடி ஒழித்தார்.

இதற்கிடையே இன்னொரு புரட்சியும் அமைதியாக அரங்கேறியது. இந்தியாவிலேயே முதன்முறையாக மின்சாரத் துறை முழுவதையும் கணினிமயமாக்கினார் நரேந்திர மோடி. மாநிலத்தில் உள்ள அனைத்து மின்சார அலுவலகங்களும் அவற்றின் கிளை அமைப்புகளும் இணையம் வழியாக இணைக்கப்பட்டன. இதனால் உண்மையான தகவல்கள் எந்த நேரத்திலும் எளிதாகக் கிடைக்க வாய்ப்பு ஏற்பட்டது.

ஆற்றல் காப்பாளர்கள்

தனியார் வர்த்தக நிறுவனங்கள், குழந்தைகளை முன்னிறுத்தித் தங்கள் லாபத்தை அதிகரித்துவருகின்றன. குழந்தைகளைத் தங்கள் விளம்பரங்களில் முன்னிலைப்படுத்தியோ அல்லது குழந்தைகளுக்குப் பிடித்த பொருட்களை இலவசமாகக் கொடுத்தோ, தங்கள் பொருட்களை நல்ல விலைக்கு விற்கின்றனர்.

ஆனால் நாட்டையே உலுக்கிக்கொண்டிருக்கும் முக்கியப் பிரச்னைகளைத் தீர்க்க, எதிர்கால மன்னர்களை ஏன் பயன்படுத்தக்கூடாது? பிரச்னைகளை அவர்கள் புரிந்துகொண்டால், அதற்கான விடைகளையும் புரிந்துகொண்டால், அதனால் அவர்கள் சார்ந்த குடும்பத்தில் மாற்றத்தை ஏற்படுத்த முடியும் என்ற எண்ணத்தின் விளைவே 'ஆற்றல் காப்பாளர்கள்'.

மின்சாரத்தைத் தேவையான அளவு மட்டும் எப்படிப் பயன்படுத்துவது? எந்தெந்தத் தருணங்களில் மின்சாரத்தைத் தவிர்க்க வேண்டும்? மின்சாரச் சாதனங்களைப் பயன்படுத்தியபின் அணைத்துவைக்க வேண்டுமா? வேண்டாமா? கண்டிப்பாக ஏசி தேவையா? லிஃப்ட் தேவையா? மாடிப்படியில் நடந்தே போகலாமா? பல்ப் நல்லதா? டியூப் லைட் நல்லதா? ஃப்ளோரசன்ட் லைட் நல்லதா? இதுபோன்ற அடிப்படை விஷயங்களில்

குழந்தைகளுக்கு ஏற்படும் புரிதல், அவர்கள் குடும்பத்தினர் மத்தியில் மாறுதலை ஏற்படுத்தும். அதனால் வீட்டிலும் நாட்டிலும் மின்சாரத்தைச் சிக்கனமாகப் பயன்படுத்தும் எண்ணம் வளரும்.

இதற்காக மாநிலம் முழுதும் உள்ள பள்ளிக்கூடங்களில் 'ஆற்றல் காப்பாளர்கள் குழு' அமைக்கப்பட்டது.

பர்ட் (BURD) என்று அழைக்கப்படும் இந்தத் திட்டம், 2004-05-ம் ஆண்டு 'குஜராத் ஊர்ஜா விகாஸ் நிகம் லிமிடெட்' (முன்பு இது 'குஜராத் மின்சார வாரியம்' என்று அழைக்கப்பட்டு வந்தது), குஜராத் ஆற்றல் வளர்ச்சிக் கழகம் ஆகியவற்றால் ஆரம்பிக்கப் பட்டது.

இந்தத் திட்டம், 2003-ம் ஆண்டு மின்சாரத் திருட்டைத் தடுக்க அரசால் மேற்கொள்ளப்பட்ட பிரசாரத்தின் ஒரு பகுதியாக, பள்ளி மாணவர்களுக்காக நடத்தப்பட்ட 'குற்றவாளியைப் பிடி' என்ற போட்டியின் விளைவாகும். இந்தப் போட்டியில் சுமார் 10,000 மாணவர்கள் மாநிலத்தின் பல பகுதிகளைச் சேர்ந்த 1,560 பள்ளி களிலிருந்து கலந்துகொண்டனர். இந்தப் பிரசாரத்தால் கணிச மான அளவு மின் திருட்டைக் குறைக்க முடிந்ததோடு, மக்க ளிடையே விழிப்புணர்வையும் ஏற்படுத்த முடிந்தது. தொடக்கப் பள்ளி, உயர்நிலைப் பள்ளி மாணவர்களைக் கொண்டு 'ஆற்றல் காப்பாளர்கள் குழு' பள்ளிகளில் ஆரம்பிக்கப்பட்டது. பள்ளி ஆசிரியர்களுக்கும் ஆற்றல் தணிக்கை செய்வதற்கான சிறப்புப் பயிற்சி அளிக்கப்பட்டது.

இன்று, பள்ளி மாணவர்கள் தங்கள் வீடு, அக்கம்பக்கத்தினர் வீடுகள், கிராமம், தங்கள் பள்ளி ஆகிய இடங்களில் ஆற்றல் சார்ந்த விழிப்புணர்வை ஏற்படுத்துகின்றனர்.

பயிற்சி பெற்ற ஆசிரியர்கள் தங்கள் பகுதியில் உள்ள வீடு களுக்குச் சென்று, ஆற்றல் தணிக்கை செய்கின்றனர். எத்தகைய சூழ்நிலை அந்த வீட்டில் இருக்கிறது, அவர்கள் மின்சாரத்தைப் பயன்படுத்தும் முறை எப்படி உள்ளது, எப்படிப்பட்ட மின் சாதனங்களைப் பயன்படுத்துகின்றனர் போன்றவற்றை அவர் கள் அப்போது கண்டறிந்து, எத்தகைய முறைகளை, மின்சாதனங் களைப் பயன்படுத்தினால் குறைந்த செலவில் மின்சாரத் தேவை களை நிறைவேற்றிக்கொள்ள முடியும் என்பதை வலியுறுத்து கின்றனர்.

இத்திட்டத்தின் ஒரு பகுதியாக பள்ளி மாணவர்களுக்குப் பல்வேறு போட்டிகள் நடத்தப்படுகின்றன. அதன் மூலம் ஆற்றல் சார்ந்த விழிப்புணர்வு ஊட்டப்படுகிறது.

இத்திட்டத்துக்கு அரசின் பல்வேறு மின்சார நிறுவனங்களும், சில தனியார் மின் உற்பத்தி நிறுவனங்களும் துணை நிற்கின்றன. இத்திட்டமானது, பல்வேறு தன்னார்வத் தொண்டு நிறுவனங்களின் வாயிலாகச் செயல்படுத்தப்படுகிறது.

இந்த விழிப்புணர்வுப் பிரசாரத்தில் சுமார் 1,800 பள்ளிகளை சார்ந்த சுமார் 50 ஆயிரம் மாணவர்கள் உறுப்பினர்களாக உள்ளனர். 2008-09-ம் ஆண்டுக் கணக்குப்படி சுமார் 9,000 வீடுகளில் ஆற்றல் தணிக்கை நடைபெற்றுள்ளது.

மின் உற்பத்தி

மின் திருட்டைத் தடுப்பது, மின் தேவையை முடிந்த அளவு குறைத்துக்கொள்வது என்பதெல்லாம் ஒரு பக்கம், என்றால், அதிகரிக்கும் மின் தேவையை மேற்கொண்டு உற்பத்தி செய்வதன் மூலம்தான் எதிர்கொள்ள முடியும்.

மின் உற்பத்தியைப் பெருக்குவதற்காக காற்றாலை மின்சாரம், சூரிய சக்தி மின்சாரம், நீர் மின் உற்பத்தி, நிலக்கரியிலிருந்து அனல் மின்சக்தி, எரிவாயுவிலிருந்து மின்சாரம், கடல் அலையிலிருந்து மின்சாரம் என்று எங்கெல்லாம் மின்சார உற்பத்தி செய்ய முடியுமோ அங்கெல்லாம் கவனம் செலுத்தப்பட்டது.

2006-ம் ஆண்டுக் கணக்குப்படி, குஜராத்தில் 132 கிராமங்கள் முழுதும் சூரிய சக்தி மின்சாரத்தைப் பயன்படுத்தி வருகின்றன. மின் கம்பிகள் செல்லமுடியாத மலைக் கிராமங்களில் சூரிய ஒளி மின்சாரம் பயன்படுத்தப்படுகிறது.

அரசு அலுவலகங்களிலும் தனியார் கட்டடங்களிலும் சூரிய சக்தி மின்சாரம் தயாரிக்கப்படுவதை அங்கு பார்க்க முடிகிறது.

கட்டாந்தரை கட்ச் பாலைவனத்தையும் குஜராத்தின் நீண்ட கடற்கரையையும்கூடப் பணம் விளையும் பூமி ஆக்கிவிட்டார் மோடி என்றால் ஆச்சரியமாகத்தான் இருக்கிறது. வறண்ட பாலைவனமாக இருந்தாலும் காற்றுக்குப் பஞ்சம் இருக்காது. இயற்கையின் இந்த அற்புதக் கொடையை ஏன் பயன்படுத்திக்

கொள்ளக் கூடாது என்று எண்ணியதன் விளைவுதான் காற்றாலை மின் உற்பத்தி.

குஜராத்தில் 2006-ம் ஆண்டில் 358 மெகாவாட் மின்சாரம் காற்றாலைகளிலிருந்து கிடைத்தது. அதுவே, 2011-ம் ஆண்டு 2,175 மெகாவாட் மின்சாரமாக அதிகரித்தது. இது சுமார் 545 சதவீத வளர்ச்சி. இதே காலகட்டத்தில் மொத்த இந்தியாவின் காற்றாலை மின்சார வளர்ச்சி வெறும் 165 சதவீதம்தான் (2006-ல் 5,341 மெகாவாட் என்பது 2011-ல் 14,158 மெகாவாட்).

இதே காலகட்டத்தில் தமிழகத்தில் என்ன நடந்தது என்பதைப் பார்ப்போம். காற்றாலை மின் உற்பத்தியில் இந்தியாவில் முதல் மாநிலமாக இருந்த தமிழகத்தின் மின் உற்பத்தி 2006-ம் ஆண்டு இந்தியாவின் மொத்த உற்பத்தியில் 54 சதவீதமாக இருந்தது. இது 2011-ம் ஆண்டு 41.7 சதவீதமாகச் சுருங்கிவிட்டது.

சூரியசக்தி மின்சாரம்

குஜராத் அரசு 2009-ம் ஆண்டு சூரிய சக்திக் கொள்கையை அறிவித்தது. இது தனியார் முதலீடுகளை இத்துறைக்கு ஈர்ப்பதற்கு ஏதுவாக அமைந்தது. இந்தக் கொள்கை சுமார் 87 தேசிய மற்றும் பன்னாட்டு நிறுவனங்களை குஜராத்துக்குக் கொண்டு வந்ததோடு, சுமார் 961.5 மெகாவாட் அளவு மின்சாரத்தை சூரிய சக்தியிலிருந்து பெறுவதற்கான வாய்ப்பாக அமைந்தது.

அப்படி அந்தக் கொள்கையில் என்ன சிறப்பம்சங்கள் உள்ளன?

- மின்உற்பத்தியாளர்கள், 25 ஆண்டுகள் சலுகைகளை அனுபவிக்கலாம்.
- சூரிய ஒளியிலிருந்து மின்சாரத்தைத் தயாரிக்கும் நிறுவனம், அதனை குஜராத்தில் உள்ள தங்கள் நிறுவனங்களுக்குப் பயன்படுத்திக்கொள்ள முடியும். இல்லையேல் அரசுக்கு விற்பனை செய்யலாம்.
- 2011-ம் ஆண்டுக்குள் மின் உற்பத்தியைத் தொடங்குபவர்களிடமிருந்து, அவர்கள் போட்டோவோல்டாயிக் முறையில் மின்சாரம் தயாரித்தால், முதல் 12 ஆண்டுகளுக்கு ஒரு யூனிட் மின்சாரத்துக்கு 15 ரூபாய் என்றும் அடுத்த 13 ஆண்டுகளுக்கு ஒரு யூனிட் மின்சாரம் 5 ரூபாய் என்றும் விலை கொடுத்து குஜராத் அரசு மின்சாரம் வாங்கும்.

- மற்றொரு சூரிய மின்சக்தி தயாரிப்பு முறையான தெர்மல் முறைப்படி மின்சாரம் தயாரித்தால், முதல் 12 ஆண்டுகளுக்குப் பெறப்படும் மின்சாரத்துக்கு யூனிட் ஒன்றுக்கு 4 ரூபாய் கட்டணமாக வழங்கப்படும்.

- குஜராத் பவர் கார்ப்பரேஷன், குஜராத் எனர்ஜி டெவலப்மென்ட் ஏஜென்சி போன்றவை, மின்சாரம் தயாரிப்பவருக்குத் தேவையான இடத்தைக் கண்டுபிடிப்பதில் ஆரம்பித்து, சாலை, தண்ணீர், மற்றும் தேவையான அனைத்து அனுமதிகளையும் வாங்கி கொடுத்துவிடும்.

2011-ம் ஆண்டு நடந்த உலக முதலீட்டாளர்கள் மாநாட்டில் (வைப்ரண்ட் குஜராத் 2011) மட்டும், சூரிய சக்தி, காற்று, கடல் அலை ஆகியவை மூலம் மாற்று வழியில் மின்சாரத் தயாரிப்பில் ஈடுபட சுமார் 72 ஒப்பந்தங்கள் கையெழுத்தாகின. அதன் மூலம் 7,850 மெகாவாட் மின்சாரம் தயாரிக்க முடியும். இதற்காக முடிவு செய்யப்பட்ட முதலீடு சுமார் 64,000 கோடி ரூபாய் ஆகும்.

இதைத்தவிர, சுமார் 2.14 லட்சம் கோடி செலவீட்டில் 18,800 மெகாவாட் மின்சாரம் தயாரிக்க 144 நிறுவனங்கள் விருப்பம் தெரிவித்துள்ளன.

குஜராத் ஆற்றல் மற்றும் பெட்ரோ கெமிக்கல் துறை முதன்மைச் செயலர் D.J.பாண்டியன் குறிப்பிட்டதுபோல், 2011-ம் ஆண்டின் 'வைப்ரண்ட் குஜராத்' உலக முதலீட்டாளர்கள் மாநாட்டில் வழக்கமான முறையில் மின்சாரம் தயாரிக்க சுமார் 53 ஒப்பந்தங்கள் கையெழுத்தாகின. இதனால் 60,000 மெகாவாட் மின்சாரம் உற்பத்தி செய்ய முடியும். இதற்குச் சுமார் 3.38 லட்சம் கோடி ரூபாய் முதலீடு செய்ய நிறுவனங்கள் ஒப்புக்கொண்டு உள்ளன.

மேற்கூறப்பட்டுள்ள அனைத்துத் திட்டங்களும் நடைமுறைப் படுத்தப்பட்டால், அது குஜராத்தின் தற்போதைய மின்சாரம் தயாரிக்கும் திறனை 5 மடங்கு உயர்த்துவதோடு, இந்தியாவின் மொத்த மின் உற்பத்தியில் 35 சதவீதமாக (1.67 லட்சம் மெகாவாட்) இருக்கும்.

சூரிய ஒளியிலிருந்து மின்சாரம் தயாரிப்பதில், 2012-ம் ஆண்டுக் கணக்குப்படி மூன்றில் இரண்டு பங்கு மின்சாரத்தை குஜராத் தயாரித்து நாட்டின் முதல் மாநிலமாகத் திகழ்கிறது.

இந்தியாவின் மொத்த சூரிய சக்தி மின்சாரம் 900 மெகா வாட். குஜராத்தில் உற்பத்தி செய்யப்படும் சூரிய சக்தி மின்சாரம் மட்டும் கிட்டத்தட்ட 600 மெகா வாட்.

சூரிய ஒளியிலிருந்து மின்சாரம் தயாரிப்பதில் குஜராத்தை உலகின் தலைநகரமாக மாற்ற நரேந்திர மோடி அரசு பல நடவடிக்கைககளை எடுத்து வருகிறது. 2009-ம் ஆண்டு இதற்காகத் தனிக் கொள்கையை ஏற்படுத்தியதோடு நில்லாமல், ஆசியாவிலேயே மிகப்பெரிய சூரிய சக்திப் பூங்காவை பதன் மாவட்டத்தில் உள்ள சாரங்கா கிராமத்தில் அமைத்தது. 500 மெகா வாட் திறன் கொண்ட இந்தப் பூங்கா 2012-ம் ஆண்டு மத்தியில் 214 மெகா வாட் மின்சாரத்தை உற்பத்தி செய்யத் தொடங்கியது.

சூரிய மின்சக்தித் தெருவிளக்குகள் என்பதைப் பேச்சளவோடு நிறுத்திவிடாமல் மாநிலத்தின் பல இடங்களிலும் குஜராத் அரசு செயல்படுத்திவருகிறது.

குஜராத்தில் உள்ள வறண்ட பகுதிகளில் ஆற்றுத் தண்ணீர் எளிதில் ஆவியாகி விடுவதால் விவசாயத்துக்குக் கொண்டு செல்லப்படும் தண்ணீரின் அளவு வெகுவாகக் குறைவது இயற்கை. ஆனால் நரேந்திர மோடி அரசு இப்படி நினைக்க வில்லை. இத்தகைய ஆற்றின்மீது ஏன் சூரிய சக்தி மின்சாரத் தகடுகளைப் பதிக்கக்கூடாது என்று சிந்தித்தது. விளைவு, நர்மதா ஆற்றின் முக்கியக் கால்வாய்மீது சூரியசக்தி மின் தகடுகளைப் பதித்து 2012-ம் ஆண்டு மத்தியில் சோதனை முயற்சியாக ஒரு மெகாவாட் மின்சாரத்தைத் தயாரிக்க ஆரம்பித்துவிட்டனர். இதன் மூலம் ஒரே கல்லில் இரண்டு மாங்காய்: மின்சாரமும் தயாரிக்கப்படும்; ஆற்று நீர் ஆவியாகி வீணாவதும் கட்டுப்படுத்தப்படும்.

பொதுவாக ஒரு மெகாவாட் சூரியசக்தி மின்சாரம் தயாரிக்க சுமார் 6 ஏக்கர் பரப்பளவு நிலம் தேவைப்படும். ஆனால் இங்கோ, எவ்வித நிலத்தையும் கையகப்படுத்தாமல் இத்திட்டம் நிறைவேற்றப்பட்டிருக்கிறது.

ஒரு கிலோமீட்டர் தூரத்துக்குக் கால்வாயின்மீது சூரிய சக்தி மின்தகடுகள் பதிப்பதன்மூலம் ஒரு மெகாவாட் மின்சாரம் தயாரிக்க முடியும். நர்மதா நதியின் கால்வாய், குஜராத்தில், 458

கிலோ மீட்டர் தூரத்துக்குச் செல்கிறது. இதன்மூலம் 458 மெகாவாட் சூரிய சக்தி மின்சாரம் தயாரிக்க மோடி அரசு திட்டமிட்டுள்ளது.

காந்திநகர் - சூரியசக்தி நகரம்

காந்தி நகரை சூரிய சக்தி நகரமாக்க மோடி அரசு பல்வேறு நடவடிக்கைகளை மேற்கொண்டு வருகிறது. அதில் ஒரு கட்டமாக, 2011 ஜனவரியில் ஒரு மெகாவாட் மின்சாரம் தயாரிக்கும் திறனுள்ள சூரிய ஒளி மின் உற்பத்தியை, பண்டித தீன்தயாள் பெட்ரோலியம் பல்கலைக்கழகத்தில் மோடி திறந்துவைத்தார்.

இதன் சிறப்பம்சம் என்னவென்றால், இது வெறும் 106 நாட்களுக் குள்ளாகவே செயல்படுத்தப்பட்டது என்பதுதான். இதற்கான செலவு ரூபாய் 16 கோடி. இதிலிருந்து ஆண்டுக்கு லட்சம் யூனிட் மின்சாரத்தைத் தயாரிக்க முடியும். இதன்மூலம் சுமார் 1,500 வீடுகளுக்கு வேண்டிய மின்சாரத்தை வழங்க முடியும்.

வீட்டின் மாடியில் நாம் மின்சாரம் தயாரிக்கலாம். அதை குஜராத் அரசு நம்மிடமிருந்து வாங்கிக்கொள்ளும். நம் வீடுகளில் ஒரு மீட்டருக்கு பதிலாக இரண்டு மீட்டர்கள் பொருத்தப்படும். முதல் மீட்டர் நாம் எவ்வளவு மின்சாரத்தைப் பயன்படுத்துகிறோம் என்பதைக் கணக்கிடுவதற்கும் இரண்டாவது மீட்டர் நாம் எவ்வளவு மின்சாரம் தயாரித்துள்ளோம் என்பதைக் கணக்கிடு வதற்கும் உதவும். நாம் கூடுதலாக மின்சாரம் தயாரித்தால், மின்சாரக் கட்டணத்தைப் பற்றி நாம் கவலைப்படத் தேவை யில்லை. அதோடு அதிகமாகத் தயாரிக்கும் மின்சாரத்துக்கு நமக்குப் பணமும் கிடைக்கும்.

இது ஏதோ கதையல்ல. காந்தி நகரிலிருந்து மட்டும் இதன்மூலம் சுமார் 46 மெகாவாட் மின்சாரத்தைத் தயாரிக்க மோடி அரசு திட்டமிட்டுள்ளது. தனியார் நிறுவனங்களின் துணையுடன் முதற்கட்டமாக சுமார் 5,000 வீடுகளில் இதனைச் செயல்படுத்தத் திட்டமிடப்பட்டுள்ளது.

இதற்கான வரைவாணைகளும் கொள்கைகளும் வகுக்கப்பட்டு விட்டன. இதன் மூலம் காந்திநகர், இந்தியாவின் முதல் சூரிய சக்தி நகரமாக மாறப்போகிறது.

காற்றாலை மின்சாரம்

சௌராஷ்ட்ரா, கட்ச் போன்ற கடற்கரைப் பகுதிகளில் சுமார் 5,000 மெகாவாட்டுக்கும்மேல் காற்றாலை மின்சாரத்தைத் தயாரிக்க முடியும் என்று குஜராத் அரசு கணக்கிட்டுள்ளது.

அதனை எவ்வளவு முடியுமோ அவ்வளவு சீக்கிரத்தில் அடைய வேண்டும் என்பதிலும் குறியாக இருக்கிறது.

அதற்காகக் காற்றாலை மின்சாரக் கொள்கையை முதலில் 2007-ம் ஆண்டு அறிமுகப்படுத்தியது. அதனைத் தொடர்ந்து நிலைமைக்குத் தக்கவாறு தேவையான மாற்றங்களை அவ்வப்போது செய்து வருகிறது. 2013-ம் ஆண்டு 35,000 மெகாவாட் மின்சாரத்தைக் காற்றிலிருந்து தயாரிக்கும்நோக்குடன் புதிய காற்றாலை மின்சாரக் கொள்கையை அறிமுகப்படுத்தியுள்ளனர்.

பல்வேறு சலுகைகளை அறிவித்ததன்மூலம், மிகக் குறுகிய காலத்துக்குள் (2013-ம் ஆண்டு நிலவரப்படி), சுமார் 3,000 மெகாவாட் மின்சாரத்தைக் காற்றிலிருந்து தயாரிக்கிறது. இதற்காக, சுமார் 15,000 கோடி ரூபாய் அளவுக்குப் பல்வேறு தனியார் நிறுவனங்கள் முதலீடு செய்துள்ளன.

கடல் அலை மின்சாரம்

கடல் அலையிலிருந்து மின்சாரம் தயாரிக்கும் முயற்சியிலும் குஜராத் இறங்கியுள்ளது. 2011-12-ம் ஆண்டு பட்ஜெட்டில் 25 கோடி ரூபாய் ஒதுக்கீடு செய்து 200 முதல் 400 மெகாவாட் வரை மின்சாரம் தயாரிக்கத் திட்டமிடப்பட்டுள்ளது.

மின்கசிவு

மின்சாரம் உற்பத்தி செய்வதுமுதல், அதனை விநியோகிப்பது வரை மின்கசிவு ஏற்படுவது இயற்கை. ஆனால் அதிலும் மோடி அரசு கவனம் செலுத்தியது. குஜராத்தில் 2003-04-ம் ஆண்டில் மின்கசிவு 24.2 சதவீதமாக இருந்தது. இது 2011-12-ம் ஆண்டில் 15 சதவீதமாகக் குறைக்கப்பட்டது.

இதே காலகட்டத்தில் தமிழ் நாட்டின் மின்கசிவு நிலவரத்தைப் பார்ப்போம். 2003-04-ம் ஆண்டில் 17.6 சதவீதமாக இருந்த மின்கசிவு 2011-12-ம் ஆண்டில் 19 சதவீதமாக அதிகரித்துள்ளது.

மின் பற்றாக்குறை அமலில் இருக்கும்போதே இவ்வளவு மின்கசிவு!

இலவச மின்சாரம் இல்லை

குஜராத் மின்துறை முதன்மைச் செயலராக இருக்கும் டி.ஜெகதீச பாண்டியன், குஜராத்தில் விவசாயிகளுக்கு ஏன் இலவச மின்சாரம் வழங்கப்படவில்லை என்பது பற்றிக் கேட்டேன். அதற்கு அவர், 'இலவசமாக மின்சாரத்தை வழங்கும்போது, ஒரு மணி நேரம் ஓடவேண்டிய ஒரு மின்சார மோட்டாரை ஒரு விவசாயி இரண்டு மணி நேரமோ அல்லது அதற்கு மேலோ இயக்குவார். காரணம் மின்சாரம் இலவசம்தானே, தண்ணீர் தாராளமாக வரட்டுமே என்று. இதன்மூலம் மின்சாரம் வீணாவது ஒரு புறம் என்றால் மறுபுறம் நிலத்தடி நீரும் வீணாகி, நிலத்தடி நீர்மட்டமும் குறைந்து விடும்' என்றார்.

தமிழகத்தில் புதிதாக மின் இணைப்பு பெறவேண்டும் என்றால் மாதக்கணக்கில் நடையாக நடக்க வேண்டியுள்ளது. அதுவும் சில இடங்களில் அலுவலர்களை, அதிகாரிகளை 'கவனிக்க' வேண்டும். அப்போதுதான் 'காரியம்' நடக்கும். ஆனால் குஜராத் தில் அப்படியல்ல. இன்று விண்ணப்பித்தால், ஒரு சில நாட்களுக்குள்ளாகவே மின் இணைப்பு கிடைத்துவிடும். என்ன நம்ப முடியவில்லையா?

2012 ஜூலை 30-ம் தேதி முதல் இரண்டு நாட்கள் தலைநகர் தில்லி உள்பட 19 மாநிலங்கள் இருளில் மூழ்கின. 60 கோடி மக்கள் அல்லல்பட்டனர். உலகமே சிரித்தது. இந்தியா எங்கே 'சூப்பர் பவர்' ஆகப்போகிறது என்று ஏளனம் செய்தது.

ஆனால் குஜராத் மட்டும் எந்தவிதத் தடையும் இன்றி மின்னொளி யில் மிதந்தது.

2

விவசாயம்

நாட்டின் முதுகெலும்புதான்!

நமது நாட்டில் 63 சதவீதம் பேர், விவசாயத்தில் நேரடியாக ஈடுபட்டு வருகின்றனர். இதில், வேறு வழி இல்லாமல் விவசாயத்தில் ஈடுபட்டிருப்பவர்கள்தான் அதிகம். வளர்ச்சி என்பது விவசாயத்தைவிட்டு விலகிச் செல்வதுதான் என்ற எண்ணம் பொதுமக்கள் அனைவரையுமே ஆட்டிப்படைக்கத் தொடங்கி விட்டது.

நிச்சயமற்ற நிலை

நாம் எல்லாம் சோற்றில் கைவைக்கச் சேற்றில் புரளும் விவசாயிகள், தங்களுக்குக் கால் வயிற்றுக் கஞ்சிகூட கிடைக்காத நிலையில்தான் பெரும்பாலும் உள்ளனர். இதன் உச்சம்தான் விவசாயிகளின் தொடரும் தற்கொலைகள்.

விவசாயத்துக்கு அடிப்படைத் தேவையே தண்ணீர்தான். ஆனால் நிலத்தடி நீர்மட்டமோ ஆண்டுக்கு ஆண்டு வேகமாகக் குறைந்து வருகிறது. அந்த நீரையும் மேலே கொண்டு வந்து விவசாயத்துக்குப் பயன்படுத்தத் தேவை மின்சாரம். பல மாநிலங்களில் விவசாயிகளுக்கு இலவச மின்சாரம் வழங்கும் திட்டம் அமலில் இருக்கிறது. ஆனால் மின்சாரம்தான் இல்லை. சில மணி நேரம் மின்சாரம் வரலாம். ஆனால் எப்போது வரும் என்பது யாருக்கும் தெரியாது. இப்படி ஒரு நிச்சயமற்ற நிலையில்தான் விவசாயிகளின் வாழ்க்கையும் உள்ளது.

கிணற்று நீர்ப் பாசனம் இப்படி என்றால், ஆற்று நீர்ப் பாசனத்தை நம்பினால், அதிலும் விவசாயிகள் மோசம் போகவேண்டியது தான். ஆறு, அணை, குளம், கிணறு இப்படி எல்லாமே மழையை நம்பி இருக்கின்றன. ஒரு வருடம் பருவ மழை பொய்த்துப் போனால் விவசாயிகளின் கனவு மட்டுமல்ல, நினைவுகளும் கூடக் கருகிப் போய்விடுகிறது. விளைவு பஞ்சம்தான்.

நிலவுக்கு விண்கலம் அனுப்பும் நம்மால், பருவமழை தவறினால், அதனால் வரும் விளைவுகளை எதிர்கொள்ள இயலவில்லை.

இதையெல்லாம் தாண்டி, கஷ்டப்பட்டுச் சாகுபடி செய்தால், ஒவ்வோர் ஆண்டும் சாகுபடி குறைந்துகொண்டே வருகிறது. இப்படி ஏதோ கையில் கிடைக்கும் கொஞ்ச நஞ்ச விளை பொருட்களையும் நியாயமான விலைக்கு விற்க முடியவில்லை. அங்கேயும் அடிதான். இடைத்தரகர்கள் இடையில் புகுந்து விவசாயிகளின் வயிற்றில் அடிக்கிறார்கள். அதற்கு அதிகாரிகளும் துணை போகிறார்கள்.

இதில் ஒரு கொடுமை என்னவென்றால், எல்லாப் பொருட்களின் விலையையும் அதனைத் தயாரிப்பவர்களே நிர்ணயிக்கின்றனர். குண்டூசி முதல் விமானம் வரை அப்படித்தான். ஆனால் நம் நாட்டில் விவசாய விளைபொருட்களின் விலையை மட்டும் விவசாயிகளால் நிர்ணயிக்க முடியவில்லை. இடைத்தரகர்களும் பதுக்கல்காரர்களுமே இதனை நிர்ணயிக்கின்றனர். இதைவிட விவசாயிகளை வஞ்சிக்க முடியுமா?

வீணாகும் விளைபொருட்கள்

அதிசயமாக சில வேளைகளில் விவசாயிகளுக்கு அமோக விளைச்சல் ஏற்படுகிறது. விவசாயிகள் மகிழ்ச்சி வெள்ளத்தில் மிதக்கின்றனர். ஆனால் அதுவும் கானல் நீர் ஆகிவிடுகிறது. காரணம், விளைபொருட்களைப் பாதுகாக்கும் நிலையங்கள் மிகவும் குறைவு. இந்தியாவில், ஆண்டுக்குச் சராசரியாக 30 சதவீத விளைபொருட்கள் அழுகியோ கெட்டோ போகிறது. வெங்காயம், தக்காளி போன்ற பொருட்களை உடனுக்குடன் விற்பனை நிலையங்களுக்குக் கொண்டு சென்றாகவேண்டும். அல்லது குளிரூட்டி வசதியுடன் கிடங்குகளில் பாதுகாக்க வேண்டும். இல்லை என்றால் ரோட்டில் கொட்டுவதைத் தவிர வேறு வழி?

விளைபொருட்கள் வீணானால் விவசாயிகளின் வாழ்க்கை மட்டும் பட்டொளி வீசிப் பறக்கவா செய்யும்?

இப்படி விவசாயம் செய்துசெய்தே தங்களின் வாழ்க்கையைத் தொலைத்த விவசாயிகள் தங்களின் விவசாய நிலங்களை விற்றுவிட்டு வேறு தொழில்களைத் தேடி நகரத் தொடங்கி விட்டனர். இப்படித்தான் விவசாய நிலங்களெல்லாம் வீட்டு மனைகளாக மாறி வருகின்றன. இப்படியே போனால், ஒரு நாள் அடுத்த வேளை சாப்பாட்டுக்கே அந்நிய நாட்டிடம் பிச்சை எடுக்க வேண்டிய நிலைதான் வரும்.

இதை உறுதிப்படுத்தும் வகையில்தான் இந்தியாவின் விவசாய வளர்ச்சியும் உள்ளது. பதினோராவது ஐந்தாண்டுத் திட்ட இலக்காக வெறும் 4 சதவீத விவசாய வளர்ச்சிதான் நிர்ணயிக்கப் பட்டது. அதையும் எட்ட முடியவில்லை. 3.5 சதவீத வளர்ச்சியை மட்டுமே எட்ட முடிந்திருக்கிறது. ஆட்சியாளர்களைக் கேட் டால், மழையைக் கேட்கச் சொல்கிறார்கள்.

விவசாயத்தின் அபரிமிதமான வளர்ச்சி

பொதுவாக இந்தியாவின் நிலை இப்படித்தான் இருக்கிறது. ஆனால் நரேந்திர மோடியின் குஜராத் மட்டுமே தனித்து நிற்கிறது. ஆமாம், ஆச்சரியமான உண்மைதான்.

பாலைவனத்துக்கும் கட்டாந்தரைக்கும் பெயர்போன மாநிலம் குஜராத். 75 சதவீதம் வறண்ட நிலப்பரப்பு. மிகக்குறைவான மழை அளவு. இப்படிப்பட்ட மாநிலத்தில் விவசாயத்தின் வளர்ச்சி அதிகமாக உள்ளது. அதுவும் கடந்த 10 ஆண்டுகளாகத் தொடர்ந்து 9.6 சதவீதத்தில் முன்னேறி வருகிறது (இந்திய அளவில் விவ சாயத்தின் வளர்ச்சி 3.5 சதவீதம்). சொல்லப் போனால், நரேந்திர மோடி அரசு, விவசாயத்தில் இரண்டு இலக்க வளர்ச்சி காணவேண்டும் என்று திட்டமிட்டு உழைத்துவருகிறது.

கடந்த 10 ஆண்டுகளில் குஜராத் மாநிலத்தில் நிலத்தடி நீரின் அளவு சராசரியாக 8 அடி உயர்ந்துள்ளது. ஆண்டுக்கு ஆண்டு விவசாய நிலங்களின் அளவு அதிகரித்துகொண்டேபோகிறது. பாலைவனம், சோலைவனமாக மாறி வருகிறது. தரிசு நிலங் களெல்லாம் இப்போது விவசாய நிலங்களாக மாறி வருகின்றன. அதிக விலை கொடுத்து விதைகளை வாங்கிய காலம் போய், விவசாயிகளே தரமான விதைப் பண்ணைகளை நடத்தி

வருகின்றனர். உயர் தொழில்நுட்பப் பருத்தி விதைகளுக்கு குஜராத் மிகப் பிரசித்தம் என்றால் பார்த்துக்கொள்ளுங்களேன். பஞ்சாப் போன்ற மற்ற மாநில விவசாயிகள் எல்லாம் குஜராத்தைத் தேடிவரும் நிலைக்கு அந்த மாநிலம் வளர்ச்சி கண்டுள்ளது.

பருத்தி உற்பத்தியில் குஜராத் கொடிகட்டிப் பறக்கிறது. இந்தியாவில் உற்பத்தியாகும் பருத்தியில் 35 சதவீதம் (2011-12-ல் 34.09%) பருத்தி குஜராத்தில் உற்பத்தியாகிறது. என்ன, மலைப்பாக இருக்கிறதா?

குஜராத் பருத்தி, சீனா போன்ற வெளிநாடுகளுக்கு ஏற்றுமதி செய்யப்பட்டு வருகிறது. சீனாவில் போய் 'குஜராத்' என்று சொன்னால் அவர்கள் 'பருத்தி' என்று சொல்வார்கள். அந்த அளவுக்கு சீனாவில் குஜராத் பிரபலம் ஆகிவிட்டது.

குஜராத்தில் விவசாயம் இந்த அளவுக்கு வளர்ச்சி காண, மோடி அப்படி என்னதான் மந்திரம் போட்டார்?

இதில் மந்திரமும் இல்லை. தந்திரமும் இல்லை. திட்டமிட்டக் கடுமையான உழைப்புதான் காரணம்.

குஜராத்தில் கடந்த 10 ஆண்டுகளில் ஒரு லட்சத்துக்கும் அதிகமான தடுப்பணைகளை நரேந்திர மோடி அரசு கட்டியுள்ளது. பல்லாயிரக்கணக்கான ஏரி, குளம், குட்டைகள் தூர் வாரப்பட்டு அந்தந்தப் பகுதி மக்களால் பராமரிக்கப்பட்டு வருகின்றன. பல்லாயிரக்கணக்கான மணல் மூட்டைகளை அடுக்கி நீரணைகள் ஏற்படுத்தப்பட்டுள்ளன.

வறண்ட பகுதியில் விவசாயம்

2000-ம் ஆண்டுக்கு முன்பு சௌராஷ்டிரா போன்ற வறண்ட பகுதிகளில் எப்போதாவது பெய்யும் குறைந்த அளவு மழைநீர்கூட உடனே கடலில் சென்று வீணாகிவிடும். இப்போது நிலைமை அப்படி இல்லை. தடுப்பணைகள் அதிக அளவில் கட்டப்பட்டு தண்ணீரைத் தேக்கி வைக்கின்றனர். இதுபோகக் குளம், குட்டைகள் வேறு.

விளைவு என்ன தெரியுமா?

இப்போது அப்பகுதி விவசாய பூமியாக மாறிவிட்டது.

கட்ச் பகுதியும் அப்படித்தான். இந்தப் பகுதியில் இன்னுமொரு பிரச்னையும் உள்ளது. அதாவது நீர் ஆவியாகும் தன்மை இங்கு மிகவும் அதிகம். 18 முதல் 19 செண்டிமீட்டர்வரை நீர் ஆவி ஆகிவிடும். ஆனால் பெய்யும் மழையின் அளவோ 7.61 செண்டிமீட்டருக்கும் குறைவாகவே இருக்கும். ஆயிரம் அடி தோண்டினால்கூடத் தண்ணீர் கிடைப்பது அரிது. இந்தப் பகுதி களையும் விவசாயம் செய்யும் நிலமாக மாற்றியது மோடியின் மாபெரும் சாதனை. இதை அவரின் அரசியல் எதிரிகளும்கூடப் பாராட்டுகின்றனர்.

கடந்த பத்தாண்டுகளில் மட்டும் ஏறக்குறைய 35 லட்சம் ஹெக்டேர் அளவு நிலம் விளைச்சலுக்கு உகந்ததாக மாற்றப் பட்டுள்ளது.

ஒரு சொட்டு நீரைக்கூட வீணாக்கக்கூடாது என்ற உந்துதலோடு மக்கள் இயக்கம் ஒன்றை ஆரம்பித்தார் மோடி. அதோடு விட்டு விடாமல் இந்த இயக்கத்தை நன்கு ஊக்கப்படுத்தினார். சௌராஷ்டிரா, வடக்கு குஜராத் போன்ற வறண்ட பகுதிகளிலும் விவசாயம் செய்ய முடியும் என்ற நம்பிக்கையை மக்களுக்கு ஏற்படுத்தினார். மழை நீரைச் சேமிக்க என்னென்ன வழிகள் எல்லாம் உண்டோ, அனைத்து முறைகளையும் கையாண்டார். தடுப்பணைகள் கட்டியதோடு நின்றுவிடாமல், புதிதாகக் குளம், குட்டைகளையும் வெட்டினார். ஏற்கெனவே இருந்த ஏரி, குளம், குட்டை போன்றவற்றையும் தூர் வாரி, ஆழப்படுத்தி, அகலப் படுத்தினார். இந்த முயற்சிகளுக்குக் கைமேல் பலன் கிடைத்தது.

ஆமாம், விவசாயம் தொடங்கியது.

இதனால் இந்த வறண்ட பகுதிகளிலிருந்து பிழைப்புக்காக சூரத் போன்ற நகரங்களுக்கு இடம் பெயர்ந்தவர்கள், தங்கள் கிராமங் களுக்கே மீண்டும் திரும்பினர். அவர்கள் விவசாயப் பணிகளைத் தொடங்கினர். அதோடு நகரத்தில் கற்றுக்கொண்ட வைரத் தொழிலையும் கிராமத்திலிருந்தே செய்து, செல்வத்தில் மிதக்க ஆரம்பித்தனர்.

கடந்த 2000-ம் ஆண்டுவரை வெறும் 10,700 தடுப்பணைகள் மட்டுமே குஜராத் மாநிலம் முழுதும் இருந்தன. ஆனால் 2008-ம் ஆண்டு முடிவில் 1,13,738 தடுப்பணைகளாக அது உயர்ந்தது.

இதுதவிர 2,40,199 குளங்களும் விவசாயத்துக்காக வெட்டப் பட்டுள்ளன.

ஒவ்வொருஆண்டும் சராசரியாக குஜராத்தில் 5000 புதிய தடுப்பணைகள் உருவாகிவருகின்றன. ஓர் அணைக்கு 6 லட்ச ரூபாய் செலவாகிறது. இவ்வகை விவசாயத்தின் வெற்றியைத் தொடர்ந்து ஆந்திரம், கர்நாடகம் போன்ற மாநிலங்கள் தடுப் பணைகளைத் தங்கள் மாநிலத்தில் உருவாக்க ஆரம்பித்துள்ளன. ஒடிசா மற்றும் ராஜஸ்தா மாநில அதிகாரிகள் 2013-ல் குஜராத்தின் தடுப்பணைகளைப் பார்வையிட்டு தங்கள் மாநிலத் திலும் செயல்படுத்தத் திட்டமிட்டுவருகின்றனர்.

மரத்தை நடு, மண் பானையை நடு

பொதுவாக இந்திய கிராமங்களில் வெயில் காலங்களில், மண் பானை விற்பனை அமோகமாக இருக்கும். மண் பானையில் தண்ணீரை ஊற்றி வைத்து, இயற்கையாகக் குளிரூட்டி, தாகத்தைத் தணித்துக்கொள்ளும் பழக்கம் காலம்காலமாக இருந்து வருகிறது. கோடைகாலத்துக்குப் பின்னர் அந்தப் பானைகளை என்ன செய்வார்கள்?

அந்த மண் பானைகள், ஒன்று தானாக உடைந்துபோகும் அல்லது குப்பையில் தூக்கி வீசப்படும். இதனைக் கவனித்த நரேந்திர மோடி, மக்களை ஒரு புதிய உத்தியைக் கடைப்பிடிக்கச் சொன்னார். ஏன், இந்தப் பானைகளைக் கொண்டு மழை நீரைச் சேகரிக்கக்கூடாது?

இந்தப் பானைகளின் அடிப்பக்கத்தில் ஓட்டை போட்டு வீட்டுத் தோட்டத்திலோ அல்லது வெளிப்புறத்திலோ, பூமிக்கு வெளியே திறந்த மேற்புரம் தெரியும்படிப் புதைத்து வைக்கச் சொன்னார். இதனால், மழை காலங்களில் தண்ணீர் இந்தப் பானைகளில் நிரம்பும். பானையின் கீழே ஓட்டை இருப்பதால், அது பக்கத்தில் உள்ள செடி, கொடிகளுக்குக் கொஞ்சம் கொஞ்சமாக நீரைக் கொடுக்கும்.

பொதுவாக வறண்ட பகுதிகளில் மரக்கன்றுகளை நடும்போது, அவை நீர் இல்லாமல் சில நாட்களுக்குள் வாடிக் காய்ந்து போகும் நிலை காணப்படுகிறது. இதனை எதிர்கொள்ள, குஜராத்தின் புதிய உத்தி, 'மரத்தை நடு, மண் பானையை நடு' என்பதாகும். இந்த முறையைப் பின்பற்றி, பல்லாயிரக்

கணக்கான மரங்களை இளைஞர்களும் மாணவர்களும் மாநிலம் முழுதும் நட்டு வைக்கின்றனர்.

நதி இணைப்பு

நமது நாட்டில் நதி இணைப்புத் திட்டங்கள் பற்றி, நதிகளைவிட நீளமாகப் பேசிக்கொண்டே இருக்கின்றனர். ஆனால் குஜராத்தில் நரேந்திர மோடி பேசவில்லை, செயல்படுத்திக் காட்டியுள்ளார்.

நர்மதை நதியை 17 வறண்ட ஆறுகளுடன் இணைத்து அவை அனைத்தையும் ஜீவ நதி ஆக்கியுள்ளார். இதுபோல், காடானா நீர் தேக்கங்களிலிருந்து உபரியாகும் தண்ணீர் வறண்ட மாவட்டங்களை நோக்கித் திருப்பிவிடப்பட்டுள்ளது. இவற்றின்மூலம் பொட்டல் காடான 7 மாவட்டங்கள் செழிப்படைந்துள்ளன. 332 கிலோ மீட்டர் தூரத்துக்கு விவசாயம் விசாலமாகியுள்ளது.

சொட்டுநீர்ப் பாசனம்

விவசாயத்துக்குத் தேவையான தண்ணீரைப் பயன்படுத்துவதிலும் மோடி அரசு முத்திரை பதித்துள்ளது. 1990-களில் தமிழகம், கர்நாடகம், ஆந்திரம், மகாராஷ்டிரம் போன்ற மாநிலங்கள, சொட்டு நீர்ப் பாசனத்தில் முன்னணியில் இருந்தன. அந்தக் காலகட்டத்தில் குஜராத் மாநிலம், இந்தச் சொட்டு நீர்ப் பாசனத் திட்டப் பட்டியலில்கூட இடம்பெறவில்லை.

ஆனால் 2011-ம் ஆண்டு நிலவரப்படி குஜராத்தில் 3 லட்சத்து 30 ஆயிரம் ஏக்கர் நிலத்தில் சொட்டு நீர்ப் பாசன விவசாயம் நடக்கிறது. இதனால் குஜராத் இப்போது சொட்டு நீர்ப் பாசனத்தில் இந்தியாவில் முதல் மாநிலம் ஆகிவிட்டது. இந்தத் திட்டத்தில் குறைவான தண்ணீர் இருந்தால் போதும். அதோடு குறைவான உரம் பயன்படுத்தினால் போதும். களைகள் இல்லாமல் நல்ல மகசூலுக்கு உத்தரவாதம் உள்ள திட்டம் இது.

இந்தப் பாசனத் திட்டத்தால் குஜராத்தில் 150 சதவீதம் மகசூல் அதிகரித்துள்ளது. அதோடு 70 சதவீதம் தண்ணீர் வீணாவது தடுக்கப்பட்டுள்ளது.

பொதுவாக, சொட்டு நீர்ப் பாசனத்துக்கு முதலில் அதிக முதலீடு தேவைப்படும். அதனால் பொருளாதாரத் திண்டாட்டத்தில்

இருக்கும் விவசாயிகள் இதனை நாடிச் செல்வதில்லை. இதனை உணர்ந்த நரேந்திர மோடி, 2005-ம் ஆண்டு 'குஜராத் பசுமைப் புரட்சி நிறுவனம்' என்ற அமைப்பைத் தொடங்கினார். இதற்காக 1,500 கோடி ரூபாய் நிதி ஒதுக்கப்பட்டது.

இந்த நிறுவனம், சொட்டு நீர்ப் பாசனத் திட்டத்தை விவசாயிகளிடம் கொண்டு சேர்த்தது. இதற்காகப் பல திட்டங்களை நடைமுறைப்படுத்துகிறது. முதல் கட்டமாக, சொட்டு நீர்ப் பாசனத்தைப் பயன்படுத்தும் விவசாயிகளுக்கு ஒரு ஹெக்டேருக்கு 60 ஆயிரம் ரூபாய் வரை மானியம் வழங்கப்படுகிறது. அடுத்ததாக, சொட்டு நீர்ப் பாசனத்துக்குப் பயன்படுத்தும் கருவிகளுக்கு இன்ஷூரன்ஸ் வசதி செய்துகொடுக்கப்படுகிறது.

2012-ம் ஆண்டுக் கணக்கின்படி குஜராத் அரசு மத்திய அரசின் உதவியுடன் 95% அளவுக்கு சொட்டுநீர்ப்பாசனக் குழாய் அமைப்பதற்கான செலவில் மானியம் வழங்குகிறது. அதோடு நின்றுவிடாமல், குஜராத் பசுமைப் புரட்சி நிறுவன அதிகாரிகள், சொட்டு நீர்ப் பாசன விவசாயத்தின் ஒவ்வொரு நிலையிலும் விவசாயிகளுக்கு உதவி செய்துவருகின்றனர்.

விவசாயப் பல்கலைக்கழகங்கள்

நமது நாட்டில் நான்கில் மூன்று பேர் நேரடியாகவோ, அல்லது மறைமுகமாகவோ விவசாயத்தை நம்பி இருக்கிறோம். ஆனால் விவசாயக் கல்லூரிகளையோ அல்லது விவசாயப் படிப்புகளையோ பார்ப்பது அரிது. இதுகூட நமது நாட்டின் வளர்ச்சிக்கு ஒரு தடைக்கல்தான். இதனைச் சரியாகப் புரிந்துகொண்ட நரேந்திர மோடி அரசு, இதில் அதிக கவனம் செலுத்தியது.

குஜராத் மாநிலத்தில் இருந்த ஒரே ஒரு விவசாயப் பல்கலைக்கழகம், நான்கு பல்கலைக்கழகங்களாக அதிகரிக்கப்பட்டது. அதோடு ஒவ்வொரு விவசாயப் பல்கலைகழகமும் ஒரு குறிப்பிட்ட துறையில் ஆழமாக ஆராய்ச்சி செய்ய அறிவுறுத்தப்பட்டது.

இந்தப் பல்கலைக்கழகங்கள் அரசின் பல்வேறு விவசாயத் திட்டங்களுக்கு உதவி புரிவதோடு, தரமான விவசாய அறிஞர்களை உருவாக்கி வருகின்றன. அவை, விவசாயிகளுக்குப் பல்வேறு நிகழ்ச்சிகளைச் செய்து வருவதோடு, தரமான, லாபகரமான விளைச்சலுக்கு உறுதுணையாக நிற்கின்றன.

உழவர் திருநாள்

நம் மாநிலத்தில் உழவர் திருநாள் அன்று பள்ளி, கல்லூரிகளுக்கு விடுமுறை. அரசு அலுவலகங்களுக்கு விடுமுறை. ஆனால் உழவர்களை மட்டும் கண்டுகொள்ளவே மாட்டோம். இதுதான் நமது உழவர் திருநாளின் லட்சணம்.

ஆனால் நரேந்திர மோடி அரசு ஏற்படுத்திய உழவர் திருவிழா அப்படிப்பட்டதல்ல. உழவர்களுக்கான உண்மையான திரு விழா. 2005-ம் ஆண்டு இது தொடங்கப்பட்டது. இது தொடர்ந்து ஒவ்வோர் ஆண்டும் கொண்டாடப்பட்டு வருகிறது.

ஒவ்வோர் ஆண்டும் கோடை காலமான மே மாதம் முழுதும் இந்த விழா கொண்டாடப்படுகிறது.

இந்தத் திருவிழாவில் அப்படி என்னதான் நடக்கும்?

குஜராத்தில் உள்ள பதினெட்டாயிரத்துக்கும் அதிகமான விவ சாயக் கிராமங்களில் உள்ள விவசாயிகளை அவர்களின் கிராமத் துக்கே சென்று அரசு அதிகாரிகள் சந்திக்கின்றனர். ஆம், விவசாயம் சார்ந்த ஒரு லட்சத்துக்கும் அதிகமான அரசு அதிகாரிகள், கிராமங் களுக்குச் சென்று விவசாயிகளை நேரில் சந்திக்கின்றனர். விவசாயப் பல்கலைக்கழகங்களைச் சேர்ந்த அறுநூறுக்கும் மேற்பட்ட அறிஞர்களும் அவர்களுடன் செல்கின்றனர். அதாவது விவசாயம் சார்ந்த அதிகாரிகள், அறிஞர்கள், ஊழியர்கள் இவர்களுக்கெல் லாம் ஒரு மாத வேலை அலுவலகங்களில் அல்ல, கிராமங்களில் தான். இதுதான் இந்த விவசாயத் திருவிழாவின் சிறப்பம்சம்.

இந்தத் திருவிழாவின்போது, விவசாயத் துறையில் ஏற்பட்டுள்ள பல்வேறு மாற்றங்கள், விவசாயத்தின் புதிய வரவுகள் போன் றவை விவசாயிகளுக்கு விளக்கப்படுகின்றன. விவசாயிகளின் பிரச்னைகள், மழை நிலவரம், மகசூல் நிலவரம் போன்ற அனைத்து விவரங்களும் சேகரிக்கப்படுகின்றன. முக்கியமாக ஒவ்வொரு விவசாயிக்கும் மண் பரிசோதனை அட்டை வழங்கப் படுகிறது. விவசாயிகளின் நிலத்தை ஆய்வு செய்து, அந்த நிலத்தில் எத்தகைய பயிர்களைப் பயிரிடலாம், எத்தகைய உரங்களை எந்தெந்த நேரங்களில் இடலாம் போன்ற விவரங்கள் அந்த அட்டையில் பதிவு செய்யப்படுகின்றன. அதோடு காலப் போக்கில் மண்ணில் ஏற்படும் மாற்றங்களும் கண்காணிக்கப் படுகின்றன.

இந்தத் திருவிழாவின் முக்கிய நிகழ்வாக, கால்நடைகளுக்குத் தடுப்பூசிகள் போடப்படுவதோடு, செயற்கைக் கருத்தரிப்பு போன்றவற்றால் ஏற்படும் பயன்களும் எடுத்துச் சொல்லப்படு கின்றன.

இதுதவிர, ஒவ்வொரு கிராமத்திலும் ஐந்து பரம ஏழைகள் தேர்ந்தெடுக்கப்பட்டு, அவர்களுக்கு விவசாயத்துக்த்கு தேவை யான அடிப்படைக் கருவிகள் இலவசமாக வழங்கப்படுகின்றன.

விவசாயிகளுக்கு, அவர்களின் விளைபொருட்களை எங்கு கொண்டு சென்றால் நல்ல விலைக்கு விற்கலாம், அவ்வப்போது உள்ள விளைபொருட்களின் விலை நிலவரம் போன்ற விவரங்கள் தெரிவிக்கப்படுகின்றன.

2009-ல் 30 நாட்கள் நடந்த இந்த விவசாயத் திருவிழாவில் சுமார் 7 லட்சம் பேருக்குமேல் கலந்துகொண்டார்கள். முதல்வர் தனது அனைத்து அமைச்சரவை சகாக்களோடும் கலந்துகொண்டார். 28 ஐ.ஏ.எஸ் ஆலுவலர்கள் உட்பட மாவட்ட, தாலுகா அதிகாரி களும், 1,700 விவசாய அறிஞர்களும் மற்றும் பல தன்னார்வத் தொண்டு நிறுவனங்களும் கலந்துகொண்டனர்.

2013-ல் நடந்த விவசாயத் திருவிழாவில் 10,61,062 விவசாயிகள் நேரடியாகப் பங்கேற்றுள்ளனர். சுமார், 2,60,000 மண் பரிசோதனை அட்டைகள் வழங்கப்பட்டுள்ளன. சுமார் 49 லட்சம் கால்நடைகளுக்குத் தடுப்பூசி போடப்பட்டுள்ளது. 8 லட்சத்துக்கு அதிகமான மரக்கன்றுகள் நடப்பட்டுள்ளன.

கால்நடை விடுதி

கால்நடைகளுக்கு என்று விடுதி அமைக்கும் முறை, உலகி லேயே குஜராத்தில் மட்டும்தான் உள்ளது. ஒரு கிராமத்தில் உள்ள விவசாயிகள் அனைவரும் ஒன்றுசேர்ந்து இந்தக் கால்நடை விடுதியை ஏற்படுத்துகின்றனர். அவர்களின் கால்நடைகள் அனைத்தையும் அங்கு வைத்துப் பராமரிக்கின்றனர். இதனால் கால்நடைகளைப் பராமரிக்க வீட்டுக்கு ஒருவர் தேவை இல்லை. மொத்த கிராமத்துக்கும் ஒரு சிலர் இருந்தாலே போதும்.

இந்தக் கால்நடை விடுதியை அந்தக் கிராம விவசாயிகளே நிர்வகிக்கின்றனர். மொத்தமாகக் கால்நடைகளைப் பராமரிப்ப தால், அவர்களால் பேரம்பேசி, கால்நடைத் தீவனங்களைக்

குறைந்த விலைக்கு வாங்க முடிகிறது. இத்தகைய கால்நடை விடுதிகள்மூலம் கால்நடை பராமரிக்கும் செலவும் கணிசமாகக் குறைந்துள்ளது.

சாபர்கந்தா மாவட்டத்திலுள்ள அகோதரா கிராமத்தில் இந்தியா வின் முதல் கால்நடை விடுதியை மோடி 2011, மே மாதத்தில் ஆரம்பித்துவைத்தார்.

அரசு சார்பில் ஆண்டுதோறும் கால்நடை மருத்துவர்கள் கிராமங் களுக்கே சென்று கால்நடைகளுக்கு மருத்துவப் பரிசோதனை செய்கின்றனர். தேவையான மருந்துகளையும் அப்போது வழங்குகின்றனர்.

விவசாய வருமானம்

விவசாயத்துக்கு மோடி அரசு கொடுத்துவரும் முக்கியத்துவம் காரணமாக விவசாயத்திலிருந்து கிடைக்கும் நிகர வருமானம் 9,000 கோடி ரூபாயிலிருந்து, 50,000 கோடி ரூபாயாக உயர்ந்துள்ளது.

கால்நடை மூலம் கிடைக்கும் வருமானம் 1999-2000-ம் ஆண்டில் 5,724 கோடி ரூபாயாக இருந்தது. அது 2010-2011-ம் ஆண்டில் 26,075 கோடி ரூபாயாக உயர்ந்துள்ளது.

பால் ஏற்றுமதியில் இந்தியா உலகில் முதலிடத்தில் உள்ளது. அதற்கு முக்கியக் காரணம் குஜராத். கடந்த பத்தாண்டுகளில் குஜ ராத்தின் பால் உற்பத்தி சராசரியாக 7.5 சதவீத வளர்ச்சி அடைந் துள்ளது. இதே காலகட்டத்தில் இந்திய அளவில் பால் உற்பத்தி யின் வளர்ச்சி 5.1 சதவீதமாக மட்டுமே உள்ளது.

முட்டை உற்பத்தியை எடுத்துக்கொண்டால், 2001-02-ம் ஆண்டில் 3,701 லட்சமாக இருந்தது; 2010-11-ம் ஆண்டில் 13,269 லட்சமாக உயர்ந்துள்ளது.

★

இப்படியாக, நாட்டில் எங்கு பார்த்தாலும் விவசாயிகள் நிலை கவலைக்கிடமாக இருந்துகொண்டிருக்கும்போது, இயற்கை யிடமிருந்து எந்த ஆதரவும் கிடைக்காத குஜராத்தில் முயற்சியை மட்டுமே அடிப்படையாகக் கொண்டு விவசாயம் இன்று பீடு நடை போடுகிறது.

3

கல்வி

கல்வி கற்றவர்களின் எண்ணிக்கைதான் ஒரு நாட்டு வளர்ச்சியின் அளவுகோல். கடந்த பத்து ஆண்டுகளில் தொடக்கக் கல்வியிலிருந்து உயர் கல்விவரை குஜராத்தில் ஏற்பட்டிருக்கும் மாற்றங்களே இதற்குச் சான்று.

2001-ம் ஆண்டு குஜராத்தில் எழுத்தறிவு பெற்ற பெண்கள் 57.8 சதவீதம். ஆனால் அது 2011-ல் 70.73 சதவீதமாக உயர்ந்துள்ளது. சுமார் 13 சதவீத வளர்ச்சி.

குஜராத்தில் மாநிலக் கல்வித்துறையில் பல அபார சாதனைகள் நிகழ்த்தப்பட்டுள்ளன. அவற்றைச் சற்று விரிவாகப் பார்க்கலாம்.

தொடக்கக் கல்வி

குஜராத் மாநிலத்தைப் பொருத்தமட்டில் 2000-01-ம் ஆண்டு நிலவரப்படி ஒன்றாம் வகுப்பு முதல் ஐந்தாம் வகுப்பு வரை படிப்புக்கு முழுக்குப் போட்ட குழந்தைகளின் எண்ணிக்கை 20.93 சதவீதமாக இருந்தது. இந்த எண்ணிக்கை 2012-13-ம் ஆண்டில் 2.04 சதவீதம்ாகக் குறைந்தது.

இந்த அற்புதம் எப்படி நிகழ்ந்தது?

கல்வித் திருவிழா

மோடியின் அரசு, 'சாலா பிரவேஷ் மகோத்சவ்' என்ற திருவிழாவை நடத்திவருகிறது. இது பள்ளிக்கூடங்கள் திறக்கும் முதல் நாளைத் திருவிழாவாகக் கொண்டாடுவதாகும்.

இந்தத் திருவிழாவின் நோக்கம் என்னவென்றால், பள்ளியில் சேரும் வயது நிரம்பிய அனைத்துக் குழந்தைகளையும் தேடிப்பிடித்துப் பள்ளிக்கூடத்தில் சேர்ப்பது. அதேபோல் பள்ளிப் படிப்பை இடையில் நிறுத்திய மாணவ, மாணவிகளையும் கண்டுபிடித்து அவர்களை அந்தந்த வகுப்புகளில் சேர்த்து படிப்பைத் தொடரச்செய்வது ஆகும்.

இத்திருவிழாவின் மூலம், புதிதாகப் பள்ளிக்கு வரும் குழந்தைகளுக்குச் சிறப்பான வரவேற்பு அளிக்கப்படுகிறது. அதோடு அவர்களுக்கு நோட்டுப் புத்தகம், புத்தகப் பை போன்றவை இலவசமாக வழங்கப்படுகின்றன.

இத்திருவிழாவில் கல்வித்துறையினர் மட்டுமல்ல, அரசுத் தலைமைச் செயலர், துறைச் செயலர்கள், ஐ.ஏ.எஸ்., ஐ.பி.எஸ். அதிகாரிகள் உள்பட அனைத்து அரசு அதிகாரிகளும் இந்தப் பணியில் ஈடுபடுகின்றனர். இதுதவிர அந்தந்தப் பகுதியின் கிராமப் பெரியவர்கள், அரசியல் பிரமுகர்கள், பஞ்சாயத்துத் தலைவர்கள், எம்.எல்.ஏ.க்கள், எம்.பி.க்கள், அமைச்சர்கள் போன்ற மக்கள் பிரதிநிதிகள் அனைவரும் கலந்துகொள்கின்றனர். ஏன், முதல்வர் நரேந்திர மோடியும் ஒவ்வோர் ஆண்டும் தவறாமல் இந்தத் திருவிழாவில் பங்கேற்கிறார்.

12-ம் ஆண்டாக, ஜூன் 13, 2013-ல் ஆரம்பித்த இந்தத் திருவிழாவில் மோடி காந்தி நகர் மாவட்டத்திலுள்ள லிகோடா கிராமத்துக்குச் சென்று கிராமத்தினரைத் தங்கள் குழந்தைகளைப் பள்ளிக்கு அனுப்புமாறு கேட்டுக்கொண்டார்.

பெண் கல்வி

'அடுப்பூதும் பெண்களுக்கு படிப்பெதற்கு?' என்ற மனப்போக்கு இந்தியாவின் பெரும்பான்மையான பகுதிகளில் இன்னமும் காணப்படுகிறது. குஜராத்திலும் அதே நிலைதான் இருந்தது. இந்த இழிநிலையை மாற்றியே தீரவேண்டும் என்று எண்ணிய மோடி, 'கன்யா கேலவாணி' என்ற இயக்கத்தைத் தொடங்கினார்.

இந்த இயக்கம் 2003-ம் ஆண்டு, அனைத்துப் பெண் குழந்தைகளையும் பள்ளியில் சேர்ப்பதற்காக ஆரம்பிக்கப்பட்டது. இந்த இயக்கத்தினால், பெண் குழந்தைகள் பள்ளியில் சேர்வது

2003-04-ம் ஆண்டு 75 சதவீதமாக இருந்ததிலிருந்து 2008-09-ம் ஆண்டில் 98 சதவீதமாக உயர்ந்தது.

கன்யா கேலவாணி இயக்கத்தின் தொடக்கத்தின்போது மக்களைப் பார்த்து நரேந்திர மோடி, 'நான் உங்களிடம் கேட்கும் பிச்சை ஒன்றே ஒன்றுதான். உங்கள் பெண் குழந்தைகளைப் பள்ளிக்கூடத்துக்கு அனுப்புங்கள்' என்றார். அதோடு அவர் நின்றுவிடவில்லை. ஒவ்வோர் ஆண்டும், பள்ளிக்கூடம் திறக்கும்போது நரேந்திர மோடியே நேரில் சென்று பெண் குழந்தைகளைப் பள்ளிக்கு அனுப்புமாறு வலியுறுத்துகிறார். இதற்காக அவர் ஆண்டுக்கு ஆறு நாட்களை ஒதுக்குகிறார்.

பெண் குழந்தைகளைப் பள்ளியில் சேர்ப்பதற்காக, கன்யா கேலவாணி ரதம் ஒன்று கிராமம் கிராமமாகச் செல்கிறது. இது பெண் கல்வியின் அவசியத்தை உணர வைக்கிறது.

தொடக்கத்தில் பெண் குழந்தைகளைப் பள்ளிக்கூடங்களுக்கு அழைத்துவருவதில்தான் அதிக சிரமங்களை அவர்கள் எதிர்கொண்டனர். பெண்களுக்குப் படிப்பு தேவையில்லை என்று மக்கள் நினைத்தது முதல் காரணமாக இருந்தாலும், மற்றும் ஒரு காரணமும் தெரிய வந்தது. அதாவது பள்ளிக்கூடங்களில் பெண் குழந்தைகளுக்கான கழிப்பிட வசதிகள் குறைவாக இருந்தன அல்லது இல்லவே இல்லை. உடனே, மோடியின் அதிரடி உத்தரவின்மூலம் மாநிலம் முழுதும், பள்ளிக்கூடங்களில் கழிப்பிட வசதிகள் போதுமான அளவுக்கு ஏற்படுத்தப்பட்டன.

2013-ம் ஆண்டு நிலவரப்படி, கடந்த பத்தாண்டுகளில் மோடி அரசு சுமார் 71 ஆயிரம் கழிவுக்கூடங்களைப் பள்ளிகளில் அமைத்துள்ளது.

'பெண்கள், கல்வி கற்பதன்மூலம் பிறந்த வீட்டுக்கும் புகுந்த வீட்டுக்கும் பெருமையும் உயர்வும் ஏற்படுகிறது. ஓர் ஆண் கல்வி கற்பதால் ஒரு வீட்டுக்குத்தான் பயன். ஆனால் ஒரு பெண் கல்வி கற்பதால் இரண்டு வீடுகள் பயனடைகின்றன' என்பதை மோடி வலியுறுத்தினார்.

அது மட்டுமா?

வறுமைக் கோட்டுக்குக்கீழ் உள்ள பெண் குழந்தைகளுக்குப் பள்ளியில் சேர்ந்து படிப்பதற்குப் பணமும் தரப்படுகிறது.

அவர்கள் பள்ளியில் சேரும்போதே அதற்கான ஒப்பந்தம் போடப்படுகிறது. அவர்களுடைய வங்கிக் கணக்கில் பணம் போடப்படுகிறது. எட்டாம் வகுப்பை முடித்தவுடன், அல்லது பன்னிரெண்டாம் வகுப்பை முடித்தவுடன் அந்த மாணவிக்கு வட்டியுடன் சேர்த்துப் பணம் வழங்கப்படுகிறது.

பெண் கல்வித் திட்டத்துக்காகவே சிறப்பு நிதி ஏற்படுத்தப் பட்டுள்ளது. நரேந்திர மோடிக்கு முதல்வர் என்ற முறையில் வழங்கப்படும் பரிசுப் பொருட்களை ஏலத்தில் விட்டு அதன் மூலம் கிடைக்கும் பணமும் இந்தப் பெண் கல்வித் திட்ட நிதியில் முழுவதுமாகச் சேர்க்கப்படுகிறது.

குஜராத்தில் பல பெற்றோர்கள் வேலை நிமித்தம் குடும்பத் துடன் வெளியூர் சென்று சில மாதங்கள் தங்கும் நிலை பல இடங்களில் உள்ளது. இத்தகைய சூழ்நிலையில் அவர்களுடைய குழந்தைகள் படிப்பை இடையில் நிறுத்துவதைத்தவிர வேறு வழியில்லை என்ற நிலை உருவாகிறது. இதனைக் கவனித்த நரேந்திர மோடி அரசு இதற்காகச் சிறப்பு ஏற்பாடு ஒன்றை நடை முறைப்படுத்தியது. அதன்படி, பெற்றோர்கள் எந்தக் கிராமத் துக்குச் சென்று வேலை செய்கிறார்களோ, அந்தக் கிராமத்தில் உள்ள பள்ளிக்கூடத்தில் அவர்களுடைய குழந்தைகளை, அவர்கள் எந்த வகுப்பில் படித்தார்களோ அதே வகுப்பில் சேர்த்துக்கொள் கின்றனர்.

மறுபடியும் அவர்கள் சொந்தக் கிராமத்துக்குத் திரும்பும்போது, அவர்களின் குழந்தைகள் ஏற்கெனவே படித்த வகுப்பில் மீண்டும் சேர்த்துக்கொள்ளப்படுகின்றனர். அதாவது அந்தக் குழந்தைகள் படித்த வகுப்பில் அவர்களின் இடம் அதுவரை காலியாகவே இருக்கும். அதோடு இத்தகைய குழந்தைகளுக்குச் சிறப்பு வகுப்புகளும் நடத்தப்படுகின்றன.

இப்போது இதற்கு அடுத்த கட்டத்தை மோடி நடைமுறைப் படுத்தியுள்ளார். அதன்படி, ஒரு மாணவனோ அல்லது மாணவியோ படிப்பை இடையில் நிறுத்தும் நிலை ஏற்பட்டால், உடனே அதற்கான காரணத்தைக் கண்டறிந்து, அதனைக் களைந்து, அவர்களைப் படிப்பைத் தொடரச் செய்வது.

இதிலிருந்து என்ன தெரிகிறது என்றால் குஜராத்தில் பள்ளிக் கூடம் செல்லும் வயதை ஒரு குழந்தை எட்டிவிட்டால், அந்தக்

குழந்தையைக் கட்டாயம் பள்ளிக்கூடத்துக்குக் கொண்டு சென்று விடுவார்கள். தப்பவே முடியாது. இடையில் நின்றாலும் விடுவ தில்லை.

மருத்துவப் பரிசோதனை

குஜராத்தில் பள்ளி மாணவர்களுக்கு மருத்துவப் பரிசோதனை ஓர் இயக்கமாகவே நடைமுறைப்படுத்தப்படுகிறது. ஒவ்வோர் ஆண்டும் ஒரு வாரம், பள்ளிக்கூட சுகாதார வாரமாகக் கடைப் பிடிக்கப்படுகிறது. இது மாநிலம் முழுதும் உள்ள அனைத்துப் பள்ளிக்கூடங்களிலும் நடைமுறைப்படுத்தப்பட்டுள்ளது.

முதல் நாள், 'சுத்தமாக இருப்பது எப்படி' என்பதை வலியுறுத் தும் நிகழ்ச்சிகள் நடக்கின்றன. இரண்டாம் நாள், அடிப்படைச் சுகாதாரப் பரிசோதனைகள் நடத்தப்படுகின்றன. மூன்றாம் நாள் சத்தான உணவு பற்றிய நிகழ்ச்சிகள் நடத்தப்படுகின்றன. இதில் பல்வேறு போட்டிகளும் நடத்தப்படுகின்றன. மாணவ, மாணவி களுக்கான சமையல் போட்டி முக்கியமானது ஆகும். இதன் மூலம் பள்ளியில் படிக்கும்போதே அவர்கள் நன்கு சமைக்கும் திறனையும் வளர்த்துக்கொள்ள முடிகிறது. அதோடு, அந்தப் பகுதியில் கிடைக்கும் உணவுப் பொருட்கள், காய்கறிகளைக் கொண்டு எப்படிச் சத்தான உணவைச் சமைப்பது என்பதும் சொல்லிக்கொடுக்கப்படுகிறது. எந்தெந்த உணவு வகைகள் ஆரோக்கியமானவை என்பதையும் மாணவர்களுக்கு உணர்த்து கின்றனர். நான்காம் நாள், மேம்பட்ட சுகாதாரப் பரிசோத னைகள் நடத்தப்படுகின்றன. ஐந்தாம் நாள், அதாவது இறுதி நாள், கலை நிகழ்ச்சிகள் நடத்தப்படுகின்றன.

இந்தச் சுகாதார வார நிகழ்ந்ச்சியில் பள்ளி மாணவர்கள் மட்டு மின்றி பள்ளிக்கு வர முடியாத அப்பகுதிச் சிறுவர்களும் கலந்து கொள்கின்றனர். இதன்மூலம் அவர்களும் பயன் அடைவது இந்தத் திட்டத்தின் சிறப்பு ஆகும்.

மக்களின் பங்களிப்பு

கல்வியே அடுத்த தலைமுறையின் தலையெழுத்தைத் தீர்மானிக் கும் என்பதை உணர்ந்த நரேந்திர மோடி, கல்விக்கு என்று அதிக முக்கியத்துவம் கொடுப்பதோடு, அனைத்து கல்வி சார்ந்த திட்டங்களையும் பொது மக்களின் பங்களிப்போடு அவர்களை முன்னிலைப்படுத்தியே செயல்படுத்துகிறார்.

பள்ளிக்கூடத்துக்கு முதலில் கட்டடம் வேண்டும். பிறகு ஆசிரியர்கள் வேண்டும். மாணவர்கள் வேண்டும். இவையெல்லாம் அடிப்படையானவை. தேர்வுகள்மூலம் மாணவர்களின் திறமையையும் தரத்தையும் மதிப்பீடு செய்யலாம். ஆனால் மொத்தப் பள்ளிக்கூடத்தின் தரத்தை யார் மதிப்பிடுவது? அதைப் பள்ளிக் கல்வித்துறையே செய்தால் எந்த அளவுக்கு அது சரியாக இருக்கும்?

அரசுப் பள்ளிக்கூடங்களைத் தவிர்த்து, தனியார் பள்ளிக்கூடங்களுக்குச் செல்வோர் முன்வைக்கும் ஒரே வாதம், 'தரம்'.

அரசுப் பள்ளிக்கூடங்களின் தரத்தை எங்ஙனம் மேம்படுத்துவது என்பது குறித்து நரேந்திர மோடி ஆழமாகச் சிந்தித்தார். இதன் வெளிப்பாடுதான் 'குணோத்சவ்' என்ற இயக்கம். இது 2009-ம் ஆண்டு தொடங்கப்பட்டது. இந்த இயக்கத்தில் முதல்வர் நரேந்திர மோடி, அவரது அமைச்சர்கள், ஐ.ஏ.எஸ் அதிகாரிகள், 3000-க்கும் மேற்பட்ட அரசு அதிகாரிகள் ஆகியோர் அங்கத்தினர். இவர்கள் குஜராத்தில் உள்ள மொத்தம் 32,274 தொடக்கப் பள்ளிக்கூடங்களை ஆய்வு செய்ய ஆண்டுதோறும் மூன்று நாட்களைச் செலவிடுகின்றனர்.

இந்த ஆய்வின்போது, மாணவர்களின் வாசிப்புத் திறன், எழுத்துத் திறன், அடிப்படை அறிவியல், கணிதத் திறன் போன்றவை கவனிக்கப்படுகின்றன. இதன்மூலம் அப்பள்ளியின் தரம் மதிப்பிடப்பட்டு, தேவையான நடவடிக்கைகள் முடுக்கிவிடப்படுகின்றன.

இந்த இயக்கம் எந்த அளவுக்குப் பயனுள்ளதாக இருக்கிறது, இதில் இன்னும் மேம்படுத்தவேண்டியது ஏதேனும் உள்ளதா என்பதைத் தெரிந்துகொள்ளும் பணியை ஒரு மூன்றாம் அமைப்பிடம் கொடுத்துள்ளனர். அவர்களும் இந்த இயக்கத்தின் போக்கைக் கண்காணித்து, தேவையான பரிந்துரைகளை வழங்கி வருகின்றனர்.

சாலைப் பாதுகாப்பு விழிப்புணர்வு

தற்போது வாகன நெரிசல் நகர்ப்புறங்களில் மட்டுமின்றி கிராமப் புறங்களிலும் அதிகரித்துவருகிறது. பெரியவர்களுக்குச் சாலைப் பாதுகாப்பு விழிப்புணர்வை ஏற்படுத்துவதைக் காட்டிலும் பள்ளிக் குழந்தைகளுக்குச் சாலைப் பாதுகாப்பு விழிப்புணர்வை

ஏற்படுத்துவதன் அவசியத்தை நரேந்திர மோடி அரசு உணர்ந்தது. இதனை உடனே நடைமுறைப்படுத்தவும் செய்தது.

இதற்காக, பிரத்தியேகமாக வடிவமைக்கப்பட்ட மோட்டார் வாகனம் ஒன்று, ஒவ்வொரு பள்ளிக்கூடத்துக்கும் செல்கிறது. அதனுடன் சாலைப் பாதுகாப்பு நிபுணர்களும் செல்கின்றனர். சாலைப் பாதுகாப்பு விழிப்புணர்வானது நடுநிலை, உயர்நிலைப் பள்ளி மாணவர்களை மையமாகக் கொண்டு செயல்படுத்தப்படுகிறது. சாலைப் பாதுகாப்பு தொடர்பான பல நிகழ்ச்சிகளும் நடத்தப்படுகின்றன. விளக்கப்படங்கள் மூலம் மாணவர்களுக்குப் பாதுகாப்பு அம்சங்கள் விளக்கப்படுகின்றன. இது தவிர சாலைப் பாதுகாப்பு தொடர்பாக, மாணவ, மாணவியரின் சந்தேகங்களுக்கு விளக்கம் அளிக்கப்படுகிறது. இந்தச் சமயங்களில் மாணவ, மாணவிகள் சாலைப் பாதுகாப்பு உறுதிமொழியையும் எடுத்துக்கொள்கின்றனர்.

ஏட்டுச்சுரைக்காய்

இன்றைய கல்விக்கூடங்களில் கற்பிக்கப்படும் கல்வியானது, பெரும்பாலும் ஏட்டுச்சுரைக்காயாகவே உள்ளது. எனவே, நமது கல்விச்சாலைகளிலிருந்து வெளிவரும் மாணவர்களை அப்படியே வேலைக்குப் பயன்படுத்துவது என்பது இயலாத காரியமாக உள்ளது. அவர்கள் மேற்கொண்டு ஏதாவது சிறப்புப் பயிற்சி எடுத்தாகவேண்டும். அல்லது அவர்களை வேலைக்கு அமர்த்தும் நிறுவனங்கள் அவர்களுக்கு சிறப்புப் பயிற்சி அளித்து, அவர்களைத் தகுதி உள்ளவர்களாக மாற்றி அதன் பின்னரே வேலைக்குப் பயன்படுத்த முடியும்.

கல்வி நிறுவனங்களுக்கும் வேலைக்கு அமர்த்தும் நிறுவனங்களுக்கும் இடையே நமது கல்வித் திட்டத்தினால் ஏற்பட்டுள்ள இத்தகைய இடைவெளியை தனியார் பயிற்சி நிறுவனங்கள் பயன்படுத்தி வருகின்றன. இதற்காகக் கணிசமான தொகையைக் கட்டணமாக வசூலிக்கின்றன.

இதனை உணர்ந்த நரேந்திர மோடி அரசு இதற்காக, 'குஜராத் அறிவுக் கழகம்' என்ற ஒரு நிறுவனத்தை ஏற்படுத்தியது. இந்த அரசு நிறுவனம், படித்த இளைஞர்களை வேலை செய்யத் தகுதி உடையவர்களாக மாற்றி வருகிறது. அவர்களுக்கு எளிதில் வேலை வாய்ப்பு கிடைக்கும் சூழல் இப்போது உருவாகியுள்ளது.

புதிய பல்கலைக்கழகங்கள்

இதுபோக, ஏராளமான புதிய பல்கலைக்கழகங்களை மோடி ஏற்படுத்தி வருகிறார். 2001-ம் ஆண்டு குஜராத்தில் 11 பல்கலைக் கழகங்களே இருந்தன. ஆனால் 2011-ம் ஆண்டில் 41 பல்கலைக் கழகங்களாக இது உயர்ந்து நிற்கிறது.

இவையும் ஏற்கெனவே இருந்த ஏட்டுச்சுரைக்காய்க் கல்வியைத் தானே போதிக்கும் என்று நினைத்துவிடாதீர்கள். நரேந்திர மோடி அரசு தொடங்கிய ஒவ்வொரு பல்கலைக்கழகமும் தனித்துவம் வாய்ந்ததாக உள்ளது.

உலகெங்கிலும் தீவிரவாதம் தலைவிரித்தாடும் இந்தக் கால கட்டத்தில், பாதுகாப்புப் பணியில் ஈடுபடுபவர்கள், மிகத் திறமை மிக்கவர்களாக இருக்கவேண்டியது அவசியம். இதற்காக 'ரக்ஷா சக்தி பல்கலைக்கழகம்', 'போரன்சிக் சைன்ஸ் பல்கலைக்கழகம்' ஆகியவற்றை மோடி ஏற்படுத்தினார். இந்தப் பல்கலைக்கழகங்களில் பயிலும் மாணவர்கள் தகுதி மிக்க, திறமையான வீரர்களாக வெளியே வருகின்றனர். இவர்களுக்குக் காவல்துறை வேலையில் முன்னுரிமை தரப்படுகிறது.

பொதுவாக நம்மூரில் போலீஸ் வேலைக்குப் போகிறவர்களுக் காக எந்தப் பிரத்தியேகப் படிப்பும் இல்லை. வருங்காலத்தில் பெரிய போலீஸ் அதிகாரியாக வரவேண்டும் என்பதைக் கனவாகக் கொண்ட ஓர் இளைஞன் அதற்கான படிப்பைத் தேர்ந்தெடுக்கவேண்டுமானால், குஜராத் சென்றுதான் படிக்க வேண்டும்போல் இருக்கிறது.

2013-ல் தனியார் பங்களிப்புடன் யோகாவுக்கென்றே நாட்டின் முதல் பல்கலைக்கழகம் அகமதாபாத்தில் ஏற்படுத்தப்பட்டுள் ளது.

குழந்தைகள் பல்கலைக்கழகம்

குழந்தைகள் நாட்டின் செல்வங்கள். அவர்களை முறையாக வளர்த்தால், நாடும் வீடும் முன்னேறும். இதற்காக மோடி ஏற்படுத்தியதுதான் 'குழந்தைகள் பல்கலைக் கழகம்'. இந்தப் பல்கலைக்கழகத்தில், குழந்தை பிறப்புமுதல் அதனை ஒவ் வொரு நிலையிலும் எவ்வாறு அதனை வளர்க்கவேண்டும் என்பது தொடர்பான விரிவான படிப்புகளைச் சொல்லிக்

கொடுக்கின்றனர். பல ஆய்வுகளையும் மேற்கொண்டு வருகின்றனர். இதை 2009-ம் ஆண்டு நரேந்திர மோடி தொடங்கினார். இதில் சிறப்பு என்னவென்றால் இந்தியாவில் குழந்தைகளுக்கான பல்கலைக்கழகம் இது ஒன்றுதான் உள்ளது. உலக அளவில் மொத்தம் 4 பல்கலைகழகங்கள்தாம் உள்ளன. அதில் இதுவும் ஒன்று.

பெட்ரோலியப் பல்கலைக் கழகம்

உலகம் முழுவதும், பெட்ரோல் சம்பந்தப்பட்ட படிப்புகளுக்குக் கடும் கிராக்கி உள்ளது. இத்தகைய படிப்பின் அவசியத்தையும் வேலை வாய்ப்பையும் புரிந்துகொண்ட நரேந்திர மோடி, 'தீனதயாள் உபாத்தியாயா பெட்ரோலியப் பல்கலைக்கழகம்' என்ற பல்கலைக்கழகத்தை காந்திநகரில் தொடங்கியுள்ளார். இங்கு பெட்ரோலியம் தொடர்பான அனைத்துப் படிப்புகளும் கற்பிக்கப்படுகின்றன. இங்கு படித்தவர்களுக்கு குஜராத்திலும் சரி, வெளிநாடுகளிலும் சரி, உடனடியாக வேலை கிடைக்கிறது.

ஆங்கிலப் பயிற்சி

உலகின் தொடர்புமொழியான ஆங்கிலத்தின் அவசியத்தைப் புரிந்துகொண்ட மோடி, 'ஸ்கோப்' (SCOPE) என்ற அமைப்பை 2007-ல் ஏற்படுத்தியுள்ளார். 'சொசைட்டி ஃபார் தி கிரியேஷன் ஆப் ஆப்பர்சூனிட்டி ஃபார் புரோபிசியன்சி இன் இங்கிலீஷ்' என்பதன் சுருக்கமே 'ஸ்கோப்'. இங்கிலாந்தின் புகழ் பெற்ற கேம்ப்ரிட்ஜ் பல்கலைக்கழகத்துடன் இணைந்து இந்த அமைப்பு ஏற்படுத்தப்பட்டுள்ளது. இதன்மூலம் குஜராத்தின் சந்து பொந்துகளில் எல்லாம், இளைஞர்களுக்கு ஆங்கிலப் பயிற்சி அளிக்கப்பட்டு வருகிறது. இதன்மூலம் கிராமத்து மாணவர்களுக்கும் வேலை வாய்ப்பு எளிதாகியுள்ளது.

இந்த அமைப்பை ஓர் ஐ.ஏ.எஸ் அதிகாரி நிர்வகிக்கிறார். மாநிலம் முழுதும் தனியார் பங்களிப்புடன், 2012-ம் ஆண்டுக் கணக்கின்படி 450-க்கும் மேற்பட்ட பயிற்சிக்கூடங்கள் உள்ளன. 2013-ம் ஆண்டு ஆரம்பத்தின் நிலவரப்படி சுமார் 3,60,000 பேர் இதன்மூலம் ஆங்கிலப் பயிற்சி பெற்றுள்ளனர்.

படித்தவர்களுக்கு 'ஸ்கோப்' என்றால், இப்போது கல்லூரிகளில் படித்துக்கொண்டிருப்பவர்களுக்கு 'டெல்' (DELL). 'டிஜிட்டல் இங்க்லீஷ் லாங்குவேஜ் லாப்' என்பதன் சுருக்கமே 'டெல்'.

2011-ம் ஆண்டுக் கணக்குப்படி 200 கல்லூரிகளில் 'டெல்' அறி முகப்படுத்தப்பட்டுள்ளது. இப்போது அது மாநிலம் முழுதும் உள்ள அனைத்துக் கல்லூரிகளுக்கும் விரிவுபடுத்தப்பட்டு வரு கிறது. இதன்மூலம் மாணவர்கள் ஆங்கிலப் புலமையில் உலக அளவில் போட்டி போடும் திறனைப் பெற்று வருகின்றனர். தேர்வுகள் நடத்தப்பட்டு சான்றிதழ்களும் வழங்கப்படுகின்றன. இதன்மூலம் மாணவர்கள், உலக அளவில் வேலை வாய்ப்பைப் பெறுவதற்குத் தங்களைத் தயார்ப்படுத்திக்கொண்டு பயனடைந்து வருகின்றனர்.

கம்ப்யூட்டர் பயிற்சி

இன்றைய காலகட்டத்தில் வேலை தேடும் இளைஞர்களுக்கு கம்ப்யூட்டர் பயிற்சி என்பது தவிர்க்க முடியாத ஒன்றாகி விட்டது. இதனைக் கருத்தில் கொண்டு நரேந்திர மோடி உரு வாக்கிய திட்டம்தான், 'எம்பவர் எலக்ட்ரானிக் மேன் பவர்'. இந்தத் திட்டத்தின்மூலம் ஆண்டுதோறும் ஒரு தாலுகாவுக்குக் குறைந்தது 1,000 இளைஞர்களுக்கு கம்ப்யூட்டர் பயிற்சி அளிக்கப்படுகிறது. இதுவும் வேலை வாய்ப்புக்குப் பெருந் துணை புரிகிறது.

புத்தகம் படிக்கும் பழக்கம்

புத்தகம் படிக்கும் பழக்கம் இப்போதெல்லாம் கழுதை தேய்ந்து கட்டெறும்பு ஆன கதையாகத்தான் உள்ளது. இது குஜராத்தில் மட்டுமல்ல, அனைத்து மாநிலங்களிலும் உள்ள நிலைதான். இருப்பினும் இதற்கு ஏதாவது செய்ய வேண்டும் என்று நினைத்த நரேந்திர மோடி, 'வாஞ்சே குஜராத்' என்ற இயக்கத்தை ஏற்படுத்தியுள்ளார். இதன்மூலம் மாணவர்கள் மத்தியில் புத்தகம் வாசிக்கும் பழக்கத்தை அதிகரித்துவருகின்றனர். இதற்காக மாணவர்களுக்கு விழிப்புணர்வு நிகழ்ச்சிகளையும் நடத்தி வருகின்றனர்.

ஐ.டி.ஐ. மாணவர்கள்

முன்பெல்லாம் குஜராத்தில் ஐ.டி.ஐ படித்த மாணவர்களுக்கு வேலை கிடைப்பது குதிரைக் கொம்பாக இருந்தது. அதற்கு முக்கியக் காரணம், ஐ.டி.ஐ தேர்ச்சி பெற்ற மாணவர்களின் அடிப்படைக் கல்வித் தகுதி, 12-ம் வகுப்பு தேர்ச்சி பெற்றவர் களைவிடக் குறைவாகவே கணக்கிடப்பட்டது. அதாவது ஐ.டி.ஐ

படிப்பதற்கு அடிப்படைக் கல்வித் தகுதியான 10-ம் வகுப்புத் தேர்ச்சியே, அவர்களின் கல்வித் தகுதியாக எடுத்துக்கொள்ளப் பட்டது. இதனால் 12-ம் வகுப்புத் தேர்ச்சியை அடிப்படையாகக் கொண்டு நடத்தப்படும் அரசு வேலைக்கான தேர்வுகளை ஐ.டி.ஐ முடித்த மாணவர்கள் எழுத முடியாத நிலை இருந்தது.

10-ம் வகுப்பு முடித்த மாணவர்கள் ஐ.டி.ஐ இரண்டு ஆண்டுகள் படித்தும் 12-ம் வகுப்பு மாணவர்களுக்கு இணையாக இல்லாத நிலையை உணர்ந்த நரேந்திர மோடி, ஐ.டி.ஐ தேர்ச்சி பெற்ற மாணவர்கள் அனைவரும் 12-ம் வகுப்பு முடித்த மாணவர் களுக்கு இணையானவர்கள் என்ற நிலையை ஏற்படுத்தினார். இதற்காக புதிய சட்டத் திருத்தத்தைக் கொண்டுவந்தார். இதன் மூலம், ஐ.டி.ஐ முடித்த மாணவர்களுக்குத் தொழில் சார்ந்த வேலைவாய்ப்பும் கிடைக்கும். 12-ம் வகுப்பு தேர்ச்சி பெற்ற வர்கள் எழுதும் அரசு தேர்வுகளை எழுதி அதன்மூலமும் வேலை வாய்ப்பு கிடைக்கும்.

மேலாண்மைக் கல்வி நிறுவனம்

உலகத் தரம் வாய்ந்த இந்தியாவின் முதன்மை மேலாண்மைக் கல்வி நிறுவனமான இந்தியன் இன்ஸ்டியூட் ஆப் மேனேஜ் மெண்ட் (ஐ.ஐ.எம்) என்ற கல்வி நிறுவனம் குஜராத்தின் அகமதாபாத் நகரில்தான் உள்ளது. இருப்பினும் மற்றுமொரு உலகத் தரம் வாய்ந்த மேலாண்மைக் கல்வி நிறுவனத்தை ஏற்படுத்த மோடி விரும்பினார். குஜராத்தில் தொழில்முனை வோரை ஊக்குவிப்பதற்காக அவர் இந்த முடிவை எடுத்தார். இதனால் 'ஐ கிரியேட்' என்ற புதிய மேலாண்மைக் கல்வி நிறுவனத்தை, குஜராத் தலைநகர் காந்திநகரில் ஏற்படுத்தினார்.

இன்போசிஸ் நாராயணமூர்த்தி, இந்தக் கல்வி நிறுவனத்தின் முதன்மை ஆலோசகராக நியமிக்கப்பட்டுள்ளார். இதனை உருவாக்க 150 கோடி ரூபாயை குஜராத் அரசு ஒதுக்கியது என்றால், இந்தக் கல்வி நிறுவனத்தின் முக்கியத்துவத்தை நாம் புரிந்துகொள்ளலாம். இந்தக் கல்வி நிறுவனத்தின் முக்கியப் பணி, தொழில்முனைவோரை ஊக்கப்படுத்துவது ஆகும்.

★

மின்சாரப் பிரச்னையைக்கூட சில ஆண்டுகளுக்குள்ளாகச் சரி செய்துவிடலாம். விவசாயப் பிரச்னையை பத்தாண்டுகளுக்குள்

ளாகத் தீர்த்துவிடலாம். வேண்டிய உள்கட்டுமானங்களை உருவாக்கிவிட்டால் தொழில் நிறுவனங்கள் போட்டி போட்டுக் கொண்டு குஜராத் வந்துவிடுவார்களா? ஒரு தயக்கம் இருக்கும். மனிதவளம் வேண்டுமே? தேர்ச்சி பெற்ற பணியாளர்கள் கிடைத்தால்தானே தொழிற்சாலைகளும் சேவை நிறுவனங் களும் நன்கு இயங்கமுடியும்.

மனிதவளத்தில் பெருமளவு பின்தங்கியிருந்த குஜராத்தை மோடியின் பல்வேறு செயல்திட்டங்கள் முன்னேற்றப் பாதைக்குக் கொண்டுவந்துள்ளன. இனி வரும் ஆண்டுகளில் குஜராத் மனிதவளத்திலும் பெருமளவு முன்னேறும் என்பது தெளிவு.

4

குடிநீர்

இன்று உலகையே உலுக்கிக்கொண்டிருக்கும் பிரச்னைகளில் குடிநீர்ப் பிரச்னையும் ஒன்று. பூமியின் 71 சதவீதப் பரப்பு நீரால் நிரம்பி இருப்பினும், ஒரு சதவீதம் தண்ணீர் மட்டுமே குடிநீராகப் பயன்படுத்தப்படும் நிலைதான் உள்ளது.

வறண்ட பூமியான குஜராத்தில் கேட்கவா வேண்டும்?

குஜராத்தில் கடந்த 75 ஆண்டுகளில் 26 பஞ்சங்கள் கோரத் தாண்டவம் ஆடியுள்ளன. அதாவது, சராசரியாக 3 ஆண்டுக்கு ஒருமுறை பஞ்சம் வந்துள்ளது.

குடிநீர் பற்றாக்குறை மனிதர்களை மட்டுமல்ல, கால்நடைகளையும் வாட்டி வதைத்தது. நரேந்திர மோடி முதல்வராகப் பொறுப்பேற்பதற்கு முன்பு (2001-ம் ஆண்டுக்கு முன்பு) குடிநீர்ப் பிரச்னை பூதாகாரமாக இருந்தது. குடிநீருக்காக நடந்த பல போராட்டங்கள், கலவரத்தில்போய் முடிந்துள்ளன. இதனால் சில அப்பாவிகள் கொல்லப்பட்ட சம்பவங்களும் அரங்கேறி யுள்ளன.

மாநில அரசோ பணத்தை வாரி இறைத்து டாங்கர் லாரிகள் மூல மாகவும், சிறப்பு ரயில்கள் மூலமாகவும், ஏன் கப்பல்கள் மூல மாகவும்கூடக் குடிநீர் கொண்டுவந்தது. தெற்கு மற்றும் மத்திய குஜராத் நீங்கலாகப் பிற பகுதிகளில் அதிக எண்ணிக்கையில் இதற்காகக் கிணறுகள் தோண்டப்பட்டன. அதுமட்டுமல்ல, ஆயிரம் அடிக்கும் மேலாக ஆழ்குழாய்க் கிணறுகள் தோண்டப் பட்டன. இவற்றின் மூலம் தண்ணீரை உறிஞ்சிக் குடிநீருக்காகப் பயன்படுத்திவந்தனர்.

தீர்க்கவே முடியாது

குஜராத் ஒரு வறண்ட பகுதி என்பதால், தண்ணீர்ப் பிரச்னை இருக்கத்தான் செய்யும் என்று அனைவரும் கூறினர். அது மட்டு மல்லாமல், இந்தத் தண்ணீர்ப் பிரச்னை இன்னும் மோசமடை யும் என்றும், இந்தப் பிரச்னையைத் தீர்ப்பதற்கான வாய்ப்பே இல்லை என்றும் கூறினார்கள்.

நரேந்திர மோடி, குடிநீர்ப் பிரச்னையைத் தீர்க்கப் பல அதிரடி நடவடிக்கைகளை மேற்கொண்டார். இதன் விளைவாகக் குடிநீர் பிரச்னைக்கு ஒட்டுமொத்தமாக முற்றுப்புள்ளி வைக்கப்பட்டது.

கடந்த 2000-01-ம் ஆண்டில் குஜராத்தில் உள்ள 4,054 கிராமங் களுக்கு லாரிகள் மூலம் குடிநீர் வழங்கப்பட்டது. இது 2011-ம் ஆண்டில் வெறும் 212 கிராமங்களாகக் குறைந்தது.

1998-99-ம் ஆண்டில் 1,589 ஆழ்குழாய்க் கிணறுகள் தோண்டப் பட்டன. 2007-08-ம் ஆண்டில் அது வெறும் 63 ஆகக் குறைந்தது.

2000-01-ம் ஆண்டில் குடிநீர் லாரிகளுக்காக 436.94 கோடி ரூபாயை குஜராத் அரசு செலவிட்டது. ஆனால் 2008-09-ம் ஆண்டில் இது 13.94 கோடி ரூபாயாகக் குறைந்தது.

2002-ம் ஆண்டுக் கணக்குப்படி வீடுகளுக்கான குடிநீர் இணைப்பு 26.6 சதவீதமாக இருந்தது. அது 2011-ம் ஆண்டு 72.2 சதவீதமாக உயர்ந்துள்ளது.

இருந்த ஆழ்குழாய்க் கிணறுகளையும் பெருமளவில் மூடி விட்டனர். லாரி மூலம் குடிநீர் வழங்கியதையும் குறைத்து விட்டனர். அப்படியானால் எப்படித்தான் குடிநீர்ப் பிரச் னையைத் தீர்த்தார் நரேந்திர மோடி?

குடிநீர்ப் பிரச்னையைத் தீர்ப்பதற்கான அனைத்து நடவடிக்கை களும் நரேந்திர மோடியின் நேரடிக் கண்காணிப்பிலேயே நிறைவேற்றப்பட்டன.

குடிநீர்ப் பிரச்னையின் மூல காரணங்களை மோடி ஆராய்ந்தார். பல துறைசார்ந்த அறிஞர்களை அழைத்து மோடி மேற்கொண்ட ஆய்வில், முறையான நீர் நிர்வாகம் இல்லை என்பது தெரிய வந்தது. அதனைச் சரிசெய்தாலே குடிநீர்ப் பிரச்னையைத் தீர்த்து விடலாம் என்று உணரப்பட்டது.

எனவே முதலில் சரி செய்யப்படவேண்டியது நீர் நிர்வாகம் என்பதை அவர் உணர்ந்தார். உடனே கால தாமதம் இன்றி 2001-ம் ஆண்டிலேயே பல்வேறு நடவடிக்கைகளை அவர் முடுக்கி விட்டார்.

குறிப்பாக பூமியை உறிஞ்சி தண்ணீர் எடுக்கும் நிலையை மாற்றி, மழை நீரையும் ஆற்று நீரையும் குடிநீருக்காகப் பயன்படுத்த வேண்டும் என்று முடிவு செய்யப்பட்டது. இதற்காகப் பல்வேறு கட்டமைப்புகளும் ஏற்படுத்தப்பட்டன.

குஜராத்தின் தென் கிழக்கில் ஓர் ஓரமாக ஓடும் நர்மதை நதிதான், குஜராத்தின் மிகப்பெரிய நீர் ஆதாரம். இதை வறண்ட பகுதி களுக்கும், நல்ல குடிநீர் கிடைக்காத பிற பகுதிகளுக்கும் பயன் படுத்த முடிவு செய்தார் நரேந்திர மோடி. இதற்காக ஏராளமான பெரிய கால்வாய்கள் வெட்டப்பட்டன. 1987 கிலோ மீட்டர் தூரத்துக்கு 8 அடி விட்டமுள்ள பெரிய குழாய்கள் அமைக்கப் பட்டன. இத்தகைய பிரதானக் குழாய்களிலிருந்து 1,15,058 கிலோமீட்டர் தூரத்துக்குக் கிளைக் குழாய்கள் அமைக்கப் பட்டன.

அவைமூலம், குக்கிராமங்களுக்கும் தற்போது குடிநீர் வழங்கப் பட்டுவருகிறது.

இந்தத் திட்டத்தின்மூலம் 11,000-க்கும் மேற்பட்ட கிராமங்களும் 127 நகரங்களும் தரமான குடிநீர் வசதி பெறுகின்றன.

இது தவிர, தண்ணீர் அதிகமாக உள்ள அணைகள், ஏரிகள், ஆறுகளிலிருந்தும் குடிநீர் கொண்டு செல்லப்படுகிறது.

சர்தார் சரோவர் திட்டத்தின்மூலம் சுமார் 75 சதவீத குஜராத், குடிநீர் வசதியைப் பெற்றுள்ளது.

அதோடு நின்றுவிடவில்லை மோடி. குஜராத்தில் உள்ள 27 நதிகள் ஒன்றுடன் ஒன்று இணைக்கப்பட்டது. இதனால் மாநிலம் முழுவதும் தண்ணீர் பரவியதோடு பரவலாக நிலத்தடி நீர் மட்டமும் வெகுவாக உயர்ந்துள்ளது.

குடிநீருக்காக நிலத்தடி நீரை மட்டுமே நம்பி இருந்த நிலை மாறிவிட்டதால், நிலத்தடி நீர் மட்டம் உயர்வதற்கு அதுவே காரணமானது.

இதுமட்டுமல்லாமல் தண்ணீரை பூமிக்கு மேலே கொண்டுவரத் தேவைப்பட்ட மின்சாரமும் கணிசமாகக் குறைந்தது. மக்கள் குடிநீருக்காகச் செலவிடும் நேரமும் பணமும் வெகுவாகக் குறைந்தது.

2009-ம் ஆண்டு புள்ளிவிவரப்படி ஆண்டுக்கு 72.09 கோடி கிலோவாட் மின்சாரம் மிச்சமாகியுள்ளது.

நம்மூர் ஏரி, குளங்களை நமது முன்னோர்கள் பல நூறு ஆண்டுகள் கட்டிக்காத்து நமக்கு விட்டுச்சென்றனர். அவற்றை நாம் பராமரிக்கத் தவறியது மட்டுமில்லாமல், அத்து மீறி ஆக்கிரமித்துவருவோரையும் தடுக்கத் தவறிவிட்டோம். இது இப்படியே போனால், நமது சந்ததியினர் நம்மிடம், 'குளம் என்றால் என்ன? குட்டை என்றால் என்ன? அவை எப்படி இருக்கும்?' என்று கேட்கும் நிலைதான் ஏற்படும்.

மழைக்காலங்களில் தண்ணீர் தேங்கி நிற்கவேண்டிய ஏரி, குளம், குட்டையெல்லாம் கட்டடங்களாக மாறி வருவது, நம்மைத் தண்ணீருக்காக ஏங்க வேண்டிய நிலைக்குத் தள்ளி வருகிறது.

இது நம்மூர் நிலை. நாம் குஜராத் நிலையைப் பார்ப்போம்.

குஜராத்தில் ஏராளமான புதிய குளங்கள், ஏரிகள், கண்மாய்கள் வெட்டப்பட்டுள்ளன. மற்றும் ஏற்கெனவே இருக்கும் ஏரிகள், குளங்கள், கண்மாய்கள் அனைத்தும தூர் வாரப்பட்டுள்ளன.

குடிநீர்ப் பிரச்னையை முழுமையாகத் தீர்த்ததோடு நரேந்திர மோடி நின்றுவிடவில்லை. குஜராத்தில் வருங்காலங்களில் எப்போதுமே குடிநீர்ப் பிரச்னை ஏற்பட்டுவிடக்கூடாது என்று எண்ணித் திட்டங்களைச் செயல்படுத்தி வருகிறார். இங்குதான் நரேந்திர மோடி, மற்ற தலைவர்களிலிருந்து வேறுபட்டு நிற்கிறார். மற்றவர்களெல்லாம் அடுத்த தேர்தல் பற்றி மட்டுமே சிந்திக்கின்றனர். ஆனால் நரேந்திர மோடியோ, அடுத்த தலைமுறை பற்றிச் சிந்திக்கிறார்.

2012-ல் கட்ச் மற்றும் சௌராஷ்டிரா பகுதிகளில் மழை பொய்த்ததால் தண்ணீர் பஞ்சம் ஏற்பட்டது. இது மோடியின் அரசைக் குடிநீர் திட்டங்களை துரிதப்படுத்த உந்துதலாக இருந்தது.

கிராமங்களில் நீர் நிர்வாகம்

மக்களின் பங்களிப்பு இல்லாமல் செயல்படுத்தப்படும் எத்தகைய அரசுத் திட்டங்களும் வெற்றி பெறாது என்பதில் உறுதியாக உள்ளார் நரேந்திர மோடி. இதன் விளைவாக கிராம மக்களே தங்களின் நீர் ஆதாரத்தை நிர்வகிக்கும் அமைப்பு முறையை மோடி 2002-ல் ஏற்படுத்தியுள்ளார்.

கிராம அளவில் அந்தந்தக் கிராமவாசிகளைக் கொண்டு தண்ணீர் கமிட்டிகள் அமைக்கப்பட்டுள்ளன. அந்த கமிட்டி கிராம சபையுடன் இணைந்து செயல்பட்டு வருகிறது. தண்ணீர் கமிட்டியே அந்த கிராமத்தின் தண்ணீர்ப் பிரச்னைகளைத் தீர்த்துவைக்கும். நீர் ஆதாரங்களைப் பராமரிப்பது, ஒவ்வொரு வீட்டுக்கும் தேவையான தரமான குடிநீரை வழங்குவது, குடி நீருக்காக ஒவ்வொரு வீட்டிலும் எவ்வளவு கட்டணம் வசூலிப்பது என்பதை முடிவு செய்து, அந்தப் பணத்தை வசூலிப்பது போன்ற பணிகளை இந்த தண்ணீர் கமிட்டி செய்துவருகிறது.

பிப்-2013-ம் ஆண்டுக் கணக்குப்படி குஜராத்தில் 18,147 கிராமங்களில் தண்ணீர் கமிட்டிகள் அமைக்கப்பட்டுள்ளன.

இது தவிர, ஒவ்வொரு கிராமத்திலும் 5 பேருக்கு, குடிநீர் தரப் பரிசோதனை மேற்கொள்ளப் பயிற்சி அளிக்கப்பட்டுள்ளது. அதோடு அதற்குத் தேவையான கருவிகளையும் அரசே வழங்குகிறது. இப்படியாக 2012 புள்ளிவிவரப்படி, சுமார் 2,11,575 பேர் பல மட்டங்களில் தண்ணீர் தர நிர்வாகம், தரப் பரிசோதனை ஆகியவை செய்யப் பயிற்சி பெற்றுள்ளனர்.

இவர்கள், மக்களுக்குத் தரமான குடிநீர் கிடைப்பதை உறுதி செய்கின்றனர்.

நீர்நிலைகள்

சர்தார் பட்டேல் மக்கள் பங்களிப்புடன் கூடிய தண்ணீர் பாதுகாப்புத் திட்டம் (SPPWCP) என்ற திட்டத்தின்மூலமாக, குஜராத் அரசு 3,53,937 தடுப்பணைகள் மற்றும் கிராமக் குளம், குட்டைகளை கடந்த 8 ஆண்டுகளுக்குள் உருவாக்கியுள்ளது. மாவட்டப் பஞ்சாயத்துகளின் கண்காணிப்பில் இத்திட்டம் செயல்படுத்தப்பட்டது.

நீர் நிலைகளைத் தன்னார்வத் தொண்டு நிறுவனங்களோ அல்லது பயனாளிகளோ சேர்ந்து அமைக்கலாம். அவர்களுக்குத் தேவையான தொழில்நுட்ப உதவிகளை அரசு கொடுக்கும். இதற்காக ஆறு நீர்நிலை அமைப்பு மாதிரிகளை அரசு உருவாக்கி யிருந்தது. இதில் ஏதேனும் ஒன்றை அவர்கள் தேர்ந்தெடுக்கலாம் அல்லது அவர்களுக்குத் தோதான வடிவமைப்பை அவர்களே உருவாக்கிக்கொள்ளலாம். அத்தகைய புதிய வடிவமைப்புகள் அரசின் அங்கீகாரத்தைப் பெறுவது அவசியம். மேலும் அந்த நீர்நிலையை அமைக்க ஆகும் மொத்தச் செலவு பத்து லட்சம் ரூபாய்க்குள் இருக்கவேண்டும்.

இத்திட்டம் ஆரம்பித்த புதிதில், நீர்நிலைகள் அமைக்க ஆகும் செலவில் 60 சதவீதத்தை அரசும் மீதமுள்ள 40 சதவீதத்தைப் பயனாளிகளோ அல்லது அதனைச் செயல்படுத்தும் தன்னார்வத் தொண்டு நிறுவனங்களோ தங்கள் பங்களிப்பாகக் கொடுக்க வேண்டும்.

2007-ம் ஆண்டு இதில் மாறுதல் செய்து, 90 சதவீதப் பணத்தை அரசு செலவழிக்க முன்வந்ததோடு, பயனாளிகள், தன்னார்வத் தொண்டு நிறுவனங்கள் மீதமுள்ள 10 சதவீதப் பங்குத் தொகையை பணமாகவோ அல்லது உடல் உழைப்பாகவோ பகிர்ந்துகொள்ளவும் வாய்ப்பு கொடுக்கப்பட்டது.

அந்த நீர்நிலையை அமைக்கும் பொறுப்பு பயனாளிகளையோ அல்லது தன்னார்வத் தொண்டு நிறுவனத்தையோ சார்ந்தது. அரசு அதிகாரிகள், வேலை முன்னேற்றத்தையும் தரத்தையும் மட்டும் கண்காணிப்பர்.

கட்டி முடிக்கப்பட்ட நீர்நிலையைப் பராமரிப்பது முழுக்க முழுக்கப் பயனாளிகளின் கடமை.

இவ்வாறு நீர்நிலைகளை மக்களே அமைத்ததன்மூலம், இது ஏதோ அரசு அமைத்தது என்ற அக்கறையற்ற மனப்பான்மை இல்லாமல், தங்கள் பணத்தில், தங்கள் உழைப்பில் உருவானது; இது தங்களுடையது என்ற பொறுப்புணர்வு ஏற்பட்டு அதற்கு ஏற்றாற்போல் அதனைப் பேணிப் பாதுகாத்து சிறப்பாகப் பராமரிக்கவும் செய்கின்றனர்.

தண்ணீரை எவ்வளவு கஷ்டப்பட்டுச் சேமிக்கிறார்களோ, அதே அளவு முக்கியத்துவம், தண்ணீர் வீணாகாமல் தடுப்பதிலும் கொடுக்கப்படுகிறது.

மழை நீரானாலும், ஆற்று நீரானாலும் ஒரு சொட்டுத் தண்ணீர் கூட வீணாகக்கூடாது என்பதில் நரேந்திர மோடி கண்ணும் கருத்துமாக உள்ளார். கிராம அளவில் உள்ள தண்ணீர் கமிட்டியில் உள்ளவர்கள், தண்ணீர் வீணாவதைத் தடுப்பதிலும் கவனம் செலுத்துகின்றனர். பொதுமக்களும்கூடத் தண்ணீர் வீணாவதை அனுமதிப்பதில்லை. அந்த அளவுக்கு அவர்களுக்கு விழிப்புணர்வு ஏற்பட்டுள்ளது.

வீடுகளுக்குக் குடிநீர் வழங்க அமைக்கப்பட்டுள்ள குடிநீர்த் தொட்டிகளுக்கு நீரேற்று நிலையங்களிலிருந்து சுத்திகரிக்கப் பட்ட தண்ணீர் வருகிறது. இத்தகைய நீரேற்று நிலையங்களி லிருந்து ஒவ்வொரு கிராம நீர்த்தேக்கத் தொட்டிகளுக்கும் எவ்வளவு லிட்டர் தண்ணீர் தேவையோ அவற்றை மட்டுமே வழங்குகின்றனர்.

நவீன முறையில் குடிநீர் விநியோகம்

ஒவ்வொரு வீட்டுக்கும் குழாய் இணைப்பு மூலம் வழங்கப்படும் தண்ணீர், வீணாகாமல் விநியோகம் செய்யப்படுகிறது. எலக்ட் ரானிக் கருவிகள்மூலம் நவீன முறையில் குடிநீர் விநியோகிக்கப் படுகிறது. ஒரு தனி நபருக்குக் குளிப்பதற்கும், குடிப்பதற்கும், சமைப்பதற்கும் சேர்த்து நாள் ஒன்றுக்கு 70 லிட்டர் தண்ணீர் வீதம் வழங்கப்படுகிறது. கிராமத்தில் உள்ள வீடுகள், அவற்றில் வசிக்கும் மக்களின் எண்ணிக்கை ஆகியவற்றைக் கணக்கிட்டு, கிராம தண்ணீர் கமிட்டி அந்த கிராமத்துக்கு நாள் ஒன்றுக்கு எவ்வளவு லிட்டர் தண்ணீர் தேவை என்பதை முடிவு செய்து அதனை நீரேற்றும் நிலையத்துக்குத் தெரிவிக்கிறது. அதன்படி நீரேற்று நிலையத்திலிருந்து அந்தக் கிராமத்துக்குத் தேவையான தண்ணீர் கிராம நீர் தேக்கத் தொட்டிக்கு விடப்படுகிறது.

இப்போது, ஒரு வீட்டில் திருமணம் போன்ற நிகழ்ச்சிகள் நடக் கிறது என்று வைத்துக்கொள்வோம். அல்லது அந்தக் கிராமத் தில் ஒரு திருவிழா நடக்கிறது என்று வைத்துக்கொள்வோம். அப்பொது அந்தக் கிராமத்துக்குத் தேவையான கூடுதல் தண்ணீரை எங்ஙனம் பெறுவது?

இதுபோன்ற நேரங்களில், கிராம தண்ணீர் கமிட்டியிடம் முன்னரே தங்களுக்கு எவ்வளவு தண்ணீர் கூடுதலாகத் தேவைப்படுகிறது, எத்தனை நாட்களுக்குக் கூடுதலாகத் தண்ணீர் தேவைப்படுகிறது என்பதைத் தெரிவிக்கவேண்டும். அதற்கேற்ப அவர்கள் தண்ணீர்

வழங்க ஏற்பாடு செய்வார்கள். அனைத்தும் எலக்ட்ரானிக் மூலமாகச் செயல்படுவதால் நடைமுறைப்படுத்துவது எளிதாகிறது.

இப்படி வழங்கப்படுகின்ற தண்ணீர் இலவசமாக வழங்கப்படுவதில்லை. தண்ணீரைப் பயன்படுத்தும் அளவைப் பொறுத்து 10 ரூபாய் முதல் 70 ரூபாய் வரை கட்டணமாக வசூலிக்கப்படுகிறது. இது போக தினசரி 'ஒரு வீட்டுக்கு ஒரு ரூபாய்' என்ற திட்டமும் நடைமுறையில் உள்ளது. இது குஜராத்தில் மிகவும் பிரபலமான திட்டங்களில் ஒன்றாகும்.

தண்ணீருக்கான பட்ஜெட்

இந்திய அளவில் மழைநீர் சேகரிப்பு 17 சதவீதம். ஆனால் குஜராத்தில் மழைநீர் சேகரிப்பு 72 சதவீதம். நீர் நிர்வாகத்தில் குஜராத் மாநிலம் இந்தியாவிலேயே முதல் இடத்தில் உள்ளது.

இவையெல்லாம் நடைமுறைக்கு வருவதற்குப் பணம் தேவையல்லவா?

ஆம், திட்டங்களின் முக்கியத்துவத்தைக் கருத்தில் கொண்டு தாராளமாக நிதி ஒதுக்குவதிலும் நரேந்திர மோடி கை தேர்ந்தவர். 2001-02-ம் ஆண்டின் குஜராத் அரசின் வரவு செலவுத் திட்டத்தில் குடிநீர் மற்றும் கழிவு நீர் மேம்பாட்டுக்காக ஒதுக்கிய நிதி 9.51 சதவீதம் (அதாவது 618 கோடி ரூபாய்). அதே ஆண்டு குடிநீர் மற்றும் கழிவு நீர் மேம்பாட்டிற்காக மத்திய அரசு நிதி நிலை அறிக்கையில் ஒதுக்கியது 1.66 சதவீதம் (அதாவது 2,160 கோடி ரூபாய்). 2011-12-ம் ஆண்டு முடிய கடந்த 10 ஆண்டுகளில் குஜராத் அரசு 4.96 சதவீத நிதியை (1,886 கோடி ரூபாய்) குடிநீர் மற்றும் கழிவு நீர் மேம்பாட்டுக்காக ஒதுக்கியுள்ளது. இதே காலகட்டத்தில் மத்திய அரசு 1.86 சதவீத நிதியை மட்டுமே (11,000 கோடி ரூபாய்) குடிநீர் மற்றும் கழிவு நீர் மேம்பாட்டுக்காக ஒதுக்கியுள்ளது.

இதில் இன்னொன்றையும் நாம் கவனிக்கவேண்டும். குஜராத்தில் அடுத்துவரும் 20 ஆண்டுகளைக் கருத்தில் கொண்டு தொலை நோக்குப் பார்வையில் குடிநீர்க் குழாய் பதிப்பது போன்ற வேலைகளைச் செய்துவருவதால் இனிவரும் ஆண்டுகளில் குடிநீர் மற்றும் கழிவு நீர் மேம்பாட்டுக்காக அதிக நிதி ஒதுக்க வேண்டியதில்லை என்ற சூழல் உள்ளது.

கிராம அரசு

நிதியை ஒதுக்கீடு செய்து முறையான திட்டங்களைச் செயல் படுத்தியதன் மூலம், 'தீர்க்கவே முடியாது' என்று அனைவரும் ஒப்புக்கொண்ட குஜராத்தின் குடிநீர்ப் பிரச்னை முற்றிலுமாகத் தீர்க்கப்பட்டுவிட்டது. இதன் முதுகெலும்பாகச் செயல்பட்டு வருவது கிராம சபையுடன் இணைந்து செயல்படும் 'தண்ணீர் கமிட்டி' என்றால் மிகையாகாது.

இதுதான் உண்மையான 'கிராம அரசு'. இந்தத் திட்டத்துக்காக குஜராத்துக்கு பிரதமர் விருது கிடைத்துள்ளது. ஐக்கிய நாடுகள் சபை, மோடியின் இந்தத் திட்டத்தை வெகுவாக பாராட்டி, விருது அளித்துள்ளது. இது மட்டுமல்ல, 2010-ம் ஆண்டு உலகின் சிறந்த கண்டுபிடிப்புக்கான விருதை CAPAM என்ற பன்னாட்டு அமைப்பு குஜராத்துக்கு வழங்கியுள்ளது.

குஜராத்தில் உள்ள அகமதாபாத் நகரின் மணிநகர் பகுதியில் புதிதாகக் கட்டி முடித்துள்ள எல்.ஜி மருத்துவமனையை நான் பார்வையிட்டேன். அப்போது அந்தப் பகுதியைச் சேர்ந்த 72 வயது முதியவர் ஒருவரிடம் நான் பேசினேன். அப்போது அவர் சொன்ன ஒரு தகவல், கேட்கும்போது சிரிப்பை வரவழைத் தாலும், ஆழமாக என்னைச் சிந்திக்க வைத்தது.

'முன்பெல்லாம் ரயில் மூலம்தான் எங்களுக்குக் குடிநீர் வந்தது. ஆனால் இப்போது குழாய் மூலம் ஒவ்வொரு வீட்டுக்கும் குடிநீர் விடுகிறார் நரேந்திர மோடி. சபர்மதி நதியின் ஆற்றங்கரைத் திட்டம் மூலம் அகமதாபாத் நகரின் நிலத்தடி நீர் மட்டமும் உயர்ந்துவிட்டது. இதில் வேடிக்கை என்னவென்றால், குடிநீருக்காகப் படாத பாடு பட்ட எங்களுக்கெல்லாம் இப்போது வீட்டுக்கே தண்ணீர் வருகிறது. ஆனால் இந்தியாவின் தலைநகர் தில்லியில் முதல்வர் ஷீலா தீட்சித் வீட்டுக்கோ அல்லது பிரதமர் மன்மோகன் சிங் வீட்டுக்கோ லாரி மூலம்தான் தண்ணீர் வழங்கப்பட்டு வருகிறது' என்றார் அவர் பெருமிதமாக.

★

எந்தப் பிரச்னையையுமே, 'தீர்க்க முடியாதது' என்று ஒதுக்க வேண்டியதில்லை. மனித மூளை நினைத்தால் எதையும் சாதித்துவிடலாம். என்ன, நினைக்கவேண்டும்! அதுதான் நம்

அனைவருக்கும் பிரச்னையாக உள்ளது. நம் தலைவர்கள் பொதுமக்களின் பிரச்னையைப் பற்றி யோசிப்பதில்லை. அதைத் தீர்த்தே ஆகவேண்டும் என்று சங்கல்பம் செய்துகொள்வதில்லை. குடிநீரோ, மின்சாரமோ அரசியல்வாதிகளுக்கு என்றுமே பிரச்னை இல்லை. சாமானியனுக்குத்தானே சிக்கல்?

இவற்றை நேரடியாகக் கையில் எடுத்து சில ஆண்டுகளுக் குள்ளாகச் சாதித்திருக்கும் மோடி நமக்குச் சொல்லும் பாடம் இதுதான். இந்தியாவிலேயே வறண்ட மாநிலங்களில் ஒன்றான குஜராத்தில் தண்ணீர்ப் பிரச்னையைத் தீர்ப்பது சாத்தியம் என்றால் ஏன் பிற மாநிலங்களில் முடியாது?

நிச்சயமாக முடியும்.

5

சுகாதாரம்

நமது நாட்டில் பிரசவத்தின்போது தாயோ, குழந்தையோ இறந்துபோவது இன்னும் பல மாநிலங்களில் தொடர்கதையாக இருக்கிறது. அதனைக் கட்டுப்படுத்த, மோடி அரசு ஒரு புதுமையான திட்டத்தை அறிமுகப்படுத்தியது. இ-மம்தா (E-Mamta) என்று பெயரிடப்பட்ட இந்த திட்டம், தகவல் தொழில் நுட்பத்தின் உதவியுடன் செயல்படுத்தப்படுகிறது.

இத்திட்டத்தின் மூலம் கர்ப்பிணிகளின் உணவுப் பழக்க வழக்கங்களைக் கண்காணிப்பதோடு, தேவையான மருத்துவ உதவிகளை பேறுகாலத்துக்கு முன்பும், பிரசவத்தின் போதும், பிரசவத்துக்குப் பின்பும் செய்ய முடிகிறது. பிறந்த குழந்தையின் உடல்நலம், பிறந்த நாள்முதல் கண்காணிக்கப்பட்டு, அவை அனைத்தும் இணையம் மூலம் கணினிகளில் பதிவு செய்யப் படுகிறது. இதனால், எப்போது எந்தெந்த மருத்துவ உதவிகள் குழந்தைக்குத் தேவைப்படுகின்றன என்பதை அறிந்து, அனைத்து மருத்துவ உதவிகளையும் அரசால் செய்ய முடிகிறது.

இந்த இ-மம்தா திட்டத்தின் மூலம், சுமார் 85 லட்சம் குடும்பங் களைச் சேர்ந்த சுமார் 4 கோடியே 30 லட்சம் மக்களின் உடல்நலம் பற்றிய அனைத்துத் தகவல்களையும் இரண்டே ஆண்டுகளில் குஜராத் அரசால் சேகரிக்க முடிந்தது.

2010-ல் ஆரம்பிக்கப்பட்ட இத்திட்டத்தில் மகத்தான வெற்றியை, மத்திய அரசு பரிசு வழங்கிப் பாராட்டியதோடு, இத்திட்டத்தை நாடு முழுதும் செயல்படுத்த முடிவெடுத்துள்ளது.

2012 நிலவரப்படி ஹிமாச்சலப் பிரதேசம், ஆந்திரம், உத்திர காண்டம், ஜார்கண்ட், ஜம்மு காஷ்மீர் போன்ற மாநிலங்கள் இந்தத் திட்டத்தைச் செயல்படுத்த ஆரம்பித்துள்ளன.

குஜராத்தில் இத்திட்டத்தை எப்படிச் செயல்படுத்தினார்கள் என்று பார்ப்போம்.

இத்திட்டத்தை குஜராத்தின் சுகாதாரம் மற்றும் குடும்ப நல் வாழ்வு துறை அமைச்சகம் செயல்படுத்தத் திட்டமிட்டது. குஜராத்தின் நேஷனல் இன்பர்மெடிக் சென்டர் (NIC) அதற்குத் தேவையான தொழில்நுட்பங்களைப் பயன்படுத்தி, தொழில் நுட்பக் கட்டமைப்புகளை அமைத்துக்கொடுத்தது. தேசிய ஊரக சுகாதார இயக்கம் (National Rural Health Mission) இதற்கான நிதி உதவிகளைச் செய்தது.

குஜராத்தில் அனைத்து ஆரம்ப சுகாதார மையங்களிலும் இணையத்துடன் கூடிய கணினி இருந்ததால், இத்திட்டத்தை எளிதாகச் செயல்படுத்த முடிந்தது.

முதல் வேலையாக, அனைத்து சுகாதாரப் பணியாளர்களும், கிராமங்களிலும் நகரங்களிலும் உள்ள ஒவ்வொரு வீட்டுக்கும் சென்று, அந்த வீட்டில் உள்ள அனைவரின் சுகாதாரம் பற்றிய தகவல்களையும் சேகரித்தனர். கர்ப்பிணிப் பெண்கள், குழந்தை கள், முதியவர்கள் போன்றோரின் விவரங்களும் இதில் அடங்கும்.

சேகரித்த தகவல்கள் அனைத்தும் சரியானவைதானா, இல்லையா என்பதை, எந்தெந்த வழிகள் உண்டோ, அனைத்தின் மூலமாகவும் சரிபார்க்கப்பட்டன. இதில் ரேஷன் கார்டு, வாக்காளர் அடையாள அட்டை போன்றவை பெரியவர்களின் தகவல்களைச் சரிபார்க்கவும், அங்கன்வாடி மற்றும் பள்ளிப் பதிவேடுகள், குழந்தைகள் பற்றிய தகவல்களைச் சரிபார்க்கவும் பயன்படுத்தப்பட்டன.

இவ்வாறு சேகரித்த தகவல்கள் அனைத்தும் இணையத்தின்மூலம் பதிவு செய்யப்பட்டன. ஒவ்வொருவருக்கும் ஒரு பிரத்தியேக சுகாதார அடையாள எண் உருவாக்கப்பட்டது. இதன்மூலம் ஒருவர் இடம் மாறி எங்கு சென்றாலும் அவரின் சுகாதாரம் பற்றிய தகவல்களை அந்த எண்ணின்மூலம் எளிதாக எடுக்க முடியும்.

சுகாதாரத் தகவல்களைச் சேகரித்து இணையத்தின் உதவியுடன் பதிவு செய்தபிறகு, ஒவ்வொரு சுகாதார மையத்தின் எல்லைக்கு

உட்பட்ட கர்ப்பிணிகள் மற்றும் குழந்தைகள் பற்றிய விவரம் ஆராயப்படும்.

இந்த மாதத்தில், எந்தெந்தக் கர்ப்பிணிகளுக்கு எத்தகைய மருத்துவ உதவிகள் செய்யவேண்டும், எந்தெந்தக் குழந்தைகளுக்கு எத்தகைய தடுப்பூசியும் மருந்துகளும் கொடுக்க வேண்டும் போன்ற அறிக்கைகள் தயாரிக்கப்படுகின்றன.

அவை, மருத்துவப் பணியாளர்களுக்குக் கொடுக்கப்பட்டு, அதன் அடிப்படையில் அவர்கள் அந்த மாதத்துக்கான மருத்துவப் பணிகளைச் செய்கிறார்கள்.

இதில் சிறப்பு அம்சம் என்னவென்றால், குறிப்பிட்ட கர்ப்பிணிக்கு நாளைக்கு குறிப்பிட்ட மருந்து கொடுக்கவேண்டும் என்றால், குறிப்பிட்ட நாளுக்கு முன்பாகவே கர்ப்பிணிக்கும், மருத்துவப் பணியாளர்களுக்கும், பிளாக் மற்றும் மாவட்ட அளவிலான சுகாதார அதிகாரிகளும் செல்பேசிமூலம் எஸ்.எம்.எஸ். (குறுஞ்செய்தி) சென்றுவிடுகிறது. இந்தக் குறுஞ்செய்தி குஜராத் மொழியில் செல்வதோடு, படிக்காதவர்களும் பயன்பெறும் வகையில் குரல் ஒலி வழியாகவும் (வாய்ஸ் மெயில்) செல்கிறது.

மருத்துவக் களப் பணியாளர்கள் தேவையான மருத்துவ உதவிகளைத் திட்டமிட்டபடி செய்தபின் அந்தத் தகவல்களை இணையம்மூலம் அந்தக் குறிப்பிட்ட பயனாளியின் சுகாதார அடையாள எண்ணைப் பயன்படுத்திப் பதிவு செய்துவிடுகிறார்.

இதேபோல், குழந்தை பிறந்ததிலிருந்து, குழந்தை சுகாதாரம் பற்றிய அனைத்துத் தகவல்களும் உடனுக்குடன் பதிவு செய்யப்படுகின்றன. இதனால், ஒரு குழந்தையின் முழுமையான சுகாதாரத் தகவல்களை எளிதாகப் பெறுவதோடு, அவர்களுக்குத் தேவையான மருத்துவ உதவிகளை முந்தைய தகவல்களின் அடிப்படையில் வழங்க முடியும்.

இந்தத் திட்டத்தின் மகத்தான வெற்றிக்கு, மருத்துவப் பணியாளர்களின் கடின உழைப்புதான் காரணம். இவர்களை ஊக்கப்படுத்தும்விதமாக, இவர்களின் சேவைகளைக் கண்டறிந்து அவ்வப்போது இவர்களுக்குப் பரிசுகளும் பதக்கங்களும் வழங்கப்படுகின்றன.

இவை எல்லாவற்றுக்கும் மேலாக, முன்பெல்லாம் மேலதிகாரிகளுக்கு அறிக்கை அனுப்புவதற்கு மாதத்துக்கு சுமார் நான்கைந்து

நாட்களைச் செலவிட வேண்டியிருந்தது. இப்போது இதனை நொடியில் முடித்துவிட முடிகிறது. இதனால், மருத்துவப் பணி யாளர்கள் இப்போது அதிக நேரத்தை மக்களுக்காகச் செலவிட முடிகிறது.

மாநிலம் முழுதும் உள்ள சுகாதாரத் தகவல்கள் ஒரே இடத்தில் இப்போது இருப்பதால், தேவையான தகவல்களை உடனே பெற முடிவதோடு, பலவித ஆராய்ச்சிகளையும் மாநில, மாவட்ட மருத்துவ அதிகாரிகளால் செய்ய முடிகிறது.

உண்மையிலேயே, மாநிலத்தின் சுகாதாரம் இப்போது மோடியின் விரல் நுனியில்.

சிரஞ்சீவி யோஜனா - நீண்டஆயுள் திட்டம்

அரசு மருத்துவர்களின் எண்ணிக்கை மக்கள் தொகைக்கு ஈடு கொடுக்கும் வகையில் இல்லை. இதனால் ஏழை எளியவர்களும் தனியார் மருத்துவமனைகளை நாடும் நிலைதான் உள்ளது. குறிப்பாக, பிரசவத்துக்குத் தனியார் மருத்துவமனைக்குச் செல்லும்போது கணிசமான தொகை கட்டணமாகக் கொடுக்கவேண்டிய நிலை உள்ளது.

தனியார் மருத்துவமனைகளையும் அரசின் வழிகாட்டுதலோடு குறைந்த செலவில் பிரசவம் போன்ற சேவைகளுக்கு ஏன் பயன் படுத்தக்கூடாது என்ற புதிய சிந்தனையின் விளைவுதான் மோடி அரசின் 'சிரஞ்சீவி யோஜனா' திட்டம். 2005-ல் பரிசோதனை முறையில் ஆரம்பிக்கப்பட்ட இத்திட்டம், அதன் அபரிதமான வெற்றியை தொடர்ந்து 2007-ல் மொத்தம் உள்ள 26 மாவட்டங் களுக்கும் விரிவுபடுத்தப்பட்டுள்ளது. ஒரு பிரசவத்துக்கு ரூபாய் 1,795 என்று ஆரம்பத்தில் நிர்ணயிக்கப்பட்டது. பின்னர் அது 2,800 ரூபாயாக உயர்த்தப்பட்டுள்ளது.

பெரிய கிராமங்கள் மற்றும் நகர்ப்புறங்களில் இருக்கும் பெரும் பான்மையான தனியார் மருத்துவமனைகள் இத்திட்டத்தில் அரசுடன் இணைந்து வெற்றிகரமாகச் செயல்படுத்தி வருகின்றன.

இ-மமதாதிட்டம் அறிமுகப்படுத்தப்பட்டபின், தனியார் மருத்துவ மனைகள் மட்டுமின்றி, தனிப்பட்ட மருத்துவர்களும் தாமாகவே நேரடியாக அரசுடன் இணைந்து குஜராத்தில் சுகமான பிரசவத்தை உறுதி செய்து வருகின்றனர்.

இந்தியாவில்தான் உலகிலேயே அதிகத் தாய்மார்கள் பிரசவத்தின்போதோ அல்லது பிரசவம் தொடர்பான பிரச்னைகளாலோ இறந்துபோகிறார்கள். உலகில் அப்படி இறக்கும் நான்கு தாய்மார்களில் ஒருவர் இந்தியர்.

2001-03-ம் ஆண்டு எடுக்கப்பட்ட மாதிரியில் (SRS - Sample Registration System), அகில இந்திய அளவில் இந்த விகிதம் 301-ஆக இருந்தது. அதாவது, இந்தியா முழுமையிலுமாக, ஒவ்வொரு ஒரு லட்சம் பிரசவத்திலும் 301 தாய்மார்கள் இறந்தார்கள்.

அதே காலகட்டத்தில் (2003) குஜராத்தில் பிரசவத்தின்போது தாய்மார்களின் இறப்பு விகிதம் 202 என்று இருந்தது.

இதில் புரிந்துகொள்ளவேண்டிய விஷயம் என்னவென்றால், பிரசவப் பிரச்னைகளால் தாய் இறந்துவிட்டால், குழந்தை பெரும்பாலும் ஓரிரு ஆண்டுக்குள் இறந்துவிட வாய்ப்புகள் அதிகம்.

குழந்தைகள் இறப்புவிகிதம், (ஆயிரம் பிறந்த குழந்தைகளில்) 57 என்று இருந்தது.

இதனைக் கட்டுக்குள் கொண்டுவர மோடி அரசு முடிவு செய்தது. பெரும்பாலான இறப்புகள், பிரசவத்தின் போது தேவையான மருத்துவ உதவிகள் கிடைக்காமல் போனதால்தான் என்று அரசு உணர்ந்தது.

அரசு மருத்துவக் கட்டமைப்புகளை உடனடியாக விரிவாக்கம் செய்வது என்பது எளிதல்ல என்பதை உணர்ந்த மோடி, தனியார் மருத்துவமனைகளைக் கொண்டு தேவையான மருத்துவ உதவிகளை வழங்க முடிவு செய்தார்.

விளைவுதான் நாம் மேலே சொன்ன சிரஞ்சீவி யோஜனா திட்டம்.

இத்திட்டத்தின் படி, அரசு அங்கீகரித்த மருத்துவமனைகளில், வறுமைக்கோட்டுக்குக் கீழே உள்ள கர்ப்பிணிப் பெண்கள் இலவசமாகப் பிரசவம் செய்துகொள்ளலாம்.

2007-09-ம் ஆண்டு அகில இந்திய அளவில், பிரசவத்தின்போது கர்ப்பிணிகளின் இறப்பு விகிதம் 212 ஆக இருந்தது. ஆனால் அதே காலகட்டத்தில் குஜராத்தில் இது 148 ஆகக் குறைந்தது.

2012-ம் ஆண்டு மத்தியில், சிரஞ்சீவி திட்டத்தின்மூலம் சுகப் பிரசவம் செய்துகொண்டவர்கள், சுமார் 7 லட்சத்து 60 ஆயிரம் பேர். பணப்பிரச்னையால் வீடுகளிலேயே பிரசவம் செய்து, சரியான மருத்துவ உதவி கிடைக்காமல் மரித்துப் போகும் நிலை போய், இன்று ஏழை, எளிய கர்ப்பிணிகள் மருத்துவமனைகளை நாடிச் சென்று பிரசவம் செய்துகொள்கின்றனர்.

2001-02-ம் ஆண்டுக் கணக்குப்படி குஜராத்தில் மருத்துவமனை களில் உதவியோடு நடந்த பிரசவம் வெறும் 51.43 சதவீதம் மட்டுமே. 2010-ம் ஆண்டுக் கணக்குப்படி பாதுகாப்பான சுகப் பிரசவம் 91.2 சதவீதமாகவும் மருத்துவமனைகள் மூலம் நடந்த பிரசவம் 79.8 சதவீதமாகவும் உயர்ந்துள்ளது.

2013-ம் ஆண்டு மார்ச் மாத நிலவரப்படி குஜராத்தில், பிறந்த குழந்தைகள் இறப்பு விகிதம் ஆயிரத்துக்கு 41 ஆகக் குறைந்துள்ளது. 2007 மார்ச் நிலவரப்படி, நாட்டிலேயே ஊட்டச்சத்து குறைவுள்ள குழந்தைகள் அதிகமாக குஜராத்தில் (70.69%) இருந்தனர். மேலே கூறப்பட்டுள்ள பல கூட்டு நடவடிக்கையால், 2011-ல் அது 38.8% ஆகக் குறைந்தது. அதே நேரத்தில் தேசிய சராசரி 41.2%ஆக இருந்தது.

இத்திட்டத்தின் வெற்றியைத் தொடர்ந்து பல மாநிலங்கள் இதனைத் தங்கள் மாநிலத்திலும் செயல்படுத்தத் தொடங்கி யுள்ளன.

ஆசிய புதுமையைப் புகுத்தல் விருது (Asian Innovation Award) சிரஞ்சீவி யோஜனாவுக்கு வழங்கப்பட்டுள்ளது.

'முக்ய மந்திரி அமிர்தம் யோஜனா' என்ற திட்டம், வறுமை கோட்டுக்குக் கீழே வாழும் பெண்களுக்கு, புற்றுநோய் போன்ற கொடிய நோய்களைக் கண்டறிந்து சிகிச்சை பெறுவதற்கு ரூபாய் இரண்டு லட்சம் நிதி உதவி வழங்குகிறது.

மாற்றுத் திறனாளிகளுக்குச் சிறப்பு ஏற்பாடு

மாற்றுத் திறனாளிகள் படும் பல்வேறு இன்னல்களோடு, அவர்கள் மாற்றுத் திறனாளிகள்தான் என்ற சான்றிதழைப் பெறு வதற்குப் படும் பாட்டைக் கேள்விப்பட்டால் மனம் தாங்காது. கஷ்டப்பட்டுப் படித்துவிட்டால், அரசுகள் இவர்களுக்கு

வேலையில் சுமார் 3% இட ஒதுக்கீடு வழங்குகின்றன. ஆனால், உடல் ஊனமே இல்லாத சிலர்கூட திருட்டுத்தனமாகச் சான்றிதழைப் பெற்று வேலையில் சேர்ந்துவிடும் அவலம் அன்றாடம் அரங்கேறி வருகிறது.

மோடியின் அரசு, மாற்றுத் திறனாளிகள் எளிதில் தங்களுக்கான சான்றிதழைப் பெறச் சிறப்பு ஏற்பாட்டைச் செயல்படுத்தி வருகிறது.

இதற்காக ஓர் இணையத்தளம் (ability.gujarat.gov.in) உருவாக்கப்பட்டுள்ளது. இதில் அந்தக் குறிப்பிட்ட நபர் தாமாகவோ அல்லது அவர் சார்பாக ஏதேனும் சமூக நல அமைப்பு வழியாகவோ, தம்மைப் பற்றிய விவரங்களைப் பதிவு செய்து, குறிப்பிட்ட நாட்களுக்குள் சான்றிதழைப் பெற்றுக்கொள்ளலாம்.

குஜராத் அரசின் சுகாதாரம் மற்றும் குடும்ப நலத்துறை இந்தத் திட்டத்தை நடத்தி வருகிறது.

ஊனத்துக்கான உறுதிச் சான்றிதழை மாவட்ட சுகாதார அதிகாரி உட்பட பல சிறப்பு மருத்துவர்களின் பல கட்டச் சோதனைகளுக்குப் பின்பே வழங்குவது என்ற முறையே இருந்துவந்தது. இந்த முறையில் மாறுதலை ஏற்படுத்தத் தேவையான சட்டத் திருத்தத்தை மோடியின் அரசு 30-12-2009-ல் கொண்டுவந்தது.

இதன்மூலம் மாவட்ட அதிகாரிக்கு கீழ்நிலையில் உள்ள சப்-டிவிஷனல், பிளாக் மற்றும் ஆரம்ப சுகாதார நிலையம் கூட, பார்வையற்றோர், வாய் பேச முடியாதோர் மற்றும் பல வகையான மாற்றுத் திறனாளிகளுக்குச் சான்றிதழ் வழங்க முடியும்.

மோடி அரசின் இந்தச் சட்டத் திருத்தம்தான், மேல் குறிப்பிட்ட இணையத்தளம் உருவாகக் காரணமாக இருந்தது.

இத்திட்டத்தின் மூலம் எளிதில் மாநிலத்தில் உள்ள அனைத்து மாற்றுத் திறனாளிகளின் தகவல்களையும் திரட்டுவதோடு மட்டுமின்றி, அவர்களின் அடிப்படை உரிமைகள், வேலை வாய்ப்புகள் போன்றவையும் உறுதிப்படுத்தப்படுகிறது.

நவம்பர் 5, 2012 கணக்குப்படி, இத்திட்டத்தின் மூலம், இணையத் தளம் வழியாக குஜராத்தில் 8,997 பேர் மாற்றுத் திறனாளி சான்றிதழ் பெற்றுள்ளனர்.

6

ஆட்சிமுறையில் மாற்றம்

ஜனநாயகத்தின் உயிரே மக்களின் குரலுக்குச் செவி சாய்ப்பது தான். பரந்துபட்ட நிலப்பரப்பு, வேலைப்பளு போன்ற பல் வேறு காரணங்களால், நாட்டை ஆள்பவர்களால் மக்களின் குரலைக் கேட்க முடியாத நிலைதான் இன்று உள்ளது. இது இந்தியாவில் மட்டுமல்ல, உலகெங்கிலும் இப்படித்தான். ஊடகங்கள், மக்களின் குரலை அவ்வப்போது, உள்ளது உள்ள படியே எடுத்துக்கூற முயன்றுவருகின்றன.

மக்களுக்காக, மக்களை மையப்படுத்தியே அரசை நடத்திவரும் நரேந்திர மோடி 2003-ம் ஆண்டு ஒரு புதுமையான திட்டத்தை அறிமுகப்படுத்தினார்.

முதல்வரின் குறைதீர்க்கும் மன்றம்

நவீன தொழில்நுட்பத்தைப் பயன்படுத்தி, கடைக்கோடி மக்களின் குறைகளை நேரடியாகக் கேட்டறிந்து தீர்வுகாணும் திட்டம்தான் அது.

‘ஸ்வாகத்’ (swagat.gujarat.gov.in) என்று அழைக்கப்படும் இத்திட்டத்தின் வாயிலாக, பொதுமக்கள், கீழ் மட்டத்தில் தீர்க்க முடியாமல் போய், பின்னர் மாவட்ட அளவிலும் தீர்க்க முடியாத பிரச்னைகளை முதல்வர் நரேந்திர மோடியின் நேரடிப் பார்வைக்கு எடுத்துச் செல்கின்றனர். அவர், சம்பந்தப்பட்ட துறை அதிகாரிகளுடன் சேர்ந்து, தீர்வு காண்கிறார்.

முதல்வரிடம் பேசலாம்

மூன்று அடுக்காகச் செயல்படும் இத்திட்டத்தின் முதல் நிலை, தாலுகா அளவில் பிரச்னைகளைத் தீர்க்க முயல்வது. அடுத்து மாவட்ட அளவில். அங்கேயும் தீர்வு காண முடியாவிட்டால் முதல்வரின் துணையுடன் பிரச்னையைத் தீர்ப்பது. மக்கள் தங்களின் குறைகளுக்குத் தீர்வு காண அவர்கள் தாலுகாவைத் தாண்டி வரவேண்டிய அவசியம் இல்லை. மாநிலத்தின் அனைத்து மாவட்ட, தாலுகா மற்றும் அரசு அலுவலகங்கள், இணைய இணைப்புமூலம் இணைக்கப்பட்டுள்ளதால், பிரச்னைக்கு எளிதாக, வேகமாகத் தீர்வு காணமுடிகிறது.

பொதுமக்கள், தாலுகா மற்றும் மாவட்ட அலுவலகங்களில் இருந்தபடியே, வீடியோ கான்ஃபரன்சிங் மூலமாக நேரடியாக முதல்வரிடம் பேச முடியும்.

ஒவ்வொரு மாதத்தின் நான்காவது புதன்கிழமை, தாலுகா மற்றும் மாவட்ட அளவில், பிரச்னைகளுக்குத் தீர்வு காணப்படுகிறது.

அங்கே தீர்வு காணப்படாத பிரச்னைகள், அடுத்தநாள் (மாதத்தின் நான்காவது வியாழக்கிழமை) முதல்வரின் பார்வைக்கு வரு கிறது. மாநில அளவில் நடைபெறும் இந்தக் குறைதீர்க்கும் நிகழ்ச்சியில், முதல்வர் நரேந்திர மோடி, துறைச் செயலர்கள், சம்பந்தப்பட்ட கீழ்நிலை அதிகாரிகள், பாதிக்கப்பட்டவர் ஆகியோர் வீடியோ திரையில் தோன்றி, நேரடியாக உரையாடி, பிரச்னையைத் தீர்க்கிறார்கள்.

இங்கே கீழ்க்காணும் படிகள் கடைப்பிடிக்கப்படுகின்றன.

ஒவ்வொரு மாதமும் நான்காவது வியாழக்கிழமை, காலை 9 மணி முதல் பகல் 12 மணி வரை குறைகளை ஆன்லைனில் பதிவு செய்யவேண்டும். உடனே அது, சம்பந்தப்பட்ட அதிகாரி களுக்குப் போய்ச் சேரும்.

பகல் 12 மணி முதல் பிற்பகல் 3 மணி வரை, சம்பந்தப்பட்ட அதிகாரி, அவரது பதிலை ஆன்லைனில் பதிவு செய்வார்.

பிற்பகல் 3 மணியிலிருந்து முதல்வர் நரேந்திர மோடி, உயர் அதிகாரிகள், மாவட்ட கலெக்டர், காவல் துறை அதிகாரி, தாலுகா அதிகாரி, மனுதாரார் ஆகியோர் சேர்ந்து புகாருக்குத் தீர்வுகாண்கிறார்கள்.

புகாருக்கான தீர்வுகள் ஆன்லைனில் பதிவு செய்யப்படுகின்றன. முடிந்தவரை அன்றைய தினமே பிரச்னைகளுக்குத் தீர்வு காணப்படுகிறது. இல்லை என்றால் பிரச்னையின் தன்மையைப் பொருத்து, தொடர்புடைய அனைவரும் ஒப்புக்கொண்ட நாட்களுக்குள் பிரச்னைக்குத் தீர்வு காண்கிறார்கள்.

ஜனநாயகத்தின் அர்த்தம்

முதல்வர் நரேந்திர மோடியே குறைகளைத் தீர்க்க மாதந்தோறும் நேரம் ஒதுக்குவதால், தாலுகா அளவிலேயே பெரும்பாலும் புகார்களுக்குத் தீர்வு காணப்படுகின்றன. அப்படியும் முடியா விட்டால், மாவட்ட அளவில் தீர்வு காண்பதற்கே அதிகாரிகள் முனைகின்றனர்.

இதனால் புகார்களுக்கு அதிகாரிகள் உடனடியாகத் தீர்வு காணும் பழக்கம் குஜராத்தில் நடைமுறைக்கு வந்துவிட்டது.

மக்களுக்கும், ஜனநாயகத்தின் அர்த்தம் புரிய ஆரம்பித்திருக் கிறது.

பொதுமக்கள் நெடுந்தூரம் பயணம் செய்து முதல்வரையோ அல்லது உயர் அதிகாரிகளையோ சந்திக்கும் நிலை போய், டிவி மாதிரி, அவர்களே ஒவ்வொரு குடிமக்கள் முன்பும் தோன்றி, அவர்களது தனிப்பட்ட பிரச்னைகளைத் தீர்க்க முயல்வது உண்மையிலேயே புரட்சிதான்.

அதுமட்டுமல்ல, நவீன தொழில்நுட்ப வசதிகள், ஜனநாயகத்தை நிலைநாட்ட உதவும் என்பதற்கு இது மிகச்சிறந்த உதாரணம். (பெரும்பாலான மாநிலங்களில் வீடியோ கான்ஃபரன்சிங் தொழில்நுட்பத்தை, அடிக்கல் நாட்டுவதற்கும் திறப்பு விழாவுக் கும் மட்டுமே முதல்வர்கள் பயன்படுத்துகின்றனர்.)

2012-ம் ஆண்டுக் கணக்குப்படி, சுமார் ஒன்றரை லட்சத்துக்கும் அதிகமான மக்கள், இத்திட்டத்தின் வாயிலாகத் தங்கள் குறை களுக்குத் தீர்வு கண்டுள்ளனர்.

ஐ.நா. விருது

இத்திட்டத்தினைப் பாராட்டி, வெளிப்படையான, பொறுப் புள்ள, கடமையுள்ள பொதுமக்கள் சேவைக்கான விருதை, 2010-ம் ஆண்டு ஐக்கிய நாடுகள் சபை குஜராத்துக்கு வழங்கிச் சிறப்பித்துள்ளது.

தாலுகாவோடு நின்றிருந்த இத்திட்டத்தை கிராமங்களுக்கு எடுத்துச் செல்ல மோடி விரும்பியதன் விளைவு, 2011-ம் ஆண்டிலிருந்து இத்திட்டம், கிராம சபை அளவிலும் விரிவு படுத்தப்பட்டுள்ளது. இத்திட்டத்துக்கு அடிப்படைக் கட்டமைப்பு வசதி இணையம் ஒன்று மட்டுமே. மோடி அரசு, ஏற்கெனவே அனைத்து கிராமங்களையும் இணையம் மூலம் இணைத்துள்ளதால், இத்திட்டத்தை எவ்விதச் சிரமமின்றி விரிவுபடுத்த முடிந்தது.

இப்போது, குக்கிராமவாசிகளுக்கு, தங்கள் கிராமத்திலிருந்தே, தங்களது பிரச்னைகளுக்குத் தீர்வுகாணும் வாய்ப்பு கிடைத்துள்ளது.

குஜராத்தில் 2006-ம் ஆண்டு, மாலை நீதிமன்றங்கள் தொடங்கப்பட்டன. தேங்கிக் கிடக்கும் வழக்குகளை விரைவாக முடிக்க இது ஒரு நல்ல ஏற்பாடாக அமைந்தது.

ஒரே நாளில் சேவை

தாலுகா மற்றும் கலெக்டர் அலுவலகங்களுக்கு ஏதேனும் அடிப்படை வேலைகளான ரேஷன் கார்டு விண்ணப்பித்தல், பெயர் திருத்தம் செய்தல் போன்ற வேலைகளுக்காக நேரடியாகச் சென்ற அனுபவம் உங்களுக்கு உண்டா? அத்தகைய வேலைகளைப் பற்றி நினைத்தாலே, எப்படியும் பல தடவை நடையாக நடக்க வேண்டியிருக்கும், அல்லது ஏதாவது தரகர்களையோ நாடிக் கொஞ்சம் காசு கொடுத்தால் வேலையைச் சீக்கிரமாக முடித்துவிடலாம் என்று எண்ணுபவர்கள்தான் அதிகம்.

அந்த அளவுக்கு நமது அரசு அலுவலகங்கள் திறனற்றுச் செயல்படுகின்றன. பெரும்பாலான அலுவலகங்களில் பியூன்கள்தான் ஊழலின் ஊற்றுக்கண்ணாகத் திகழ்கிறார்கள். அல்லது அலுவலகத்துக்கு எதிரே இருக்கும் பெட்டிக்கடை, நிற்கும் கார் இப்படிப் பலவிதமான திறமையான, புதுமையான முறைகள் லஞ்சம் பெறப் பயன்படுத்தப்படுகின்றன.

இத்தகைய அலுவலகங்களுக்கு சாவு மணிதான் குஜராத் அரசின் 'ஒரே நாளில் சேவை' திட்டம். (One-Day Governance - ODG). இத்திட்டம் இப்போது ஜன் சேவா கேந்திராமூலம் செயல்படுத்தப்படுகிறது.

தகவல் தொழில்நுட்ப வசதியுடன் செயல்படுத்தப்படும் இத் திட்டத்தின் மூலம் மக்கள் அடிப்படைச் சேவைகளை சுமார் 20 நிமிடத்திலிருந்து 3 மணி நேரத்துக்குள்ளாக அல்லது அதே நாளில் பெற முடியும். அதிலும் இடைத்தரகர்கள் இல்லாமலே. ஏன், உங்கள் சேவையை மேற்கொள்ளும் அரசு ஊழியர் யார் என்றுகூட நீங்கள் தெரிந்துகொள்ளவேண்டிய தேவையில்லை.

என்ன ஆச்சரியமாக இருக்கிறதா? இது நம் நாட்டிலும் சாத்தியமே என்பதை மோடி அரசு 2003-லிருந்து குஜராத்தில் செயல்படுத்தி வருவதிலிருந்து நாம் தெரிந்துகொள்ளலாம்.

வடோதரா மாவட்டத்தில் ஆரம்பிக்கப்பட்ட இத்திட்டம், அகமதாபாத்துக்கு வரும்போது புதுப்பொலிவு பெற்று, இன்று குஜராத்தின் அனைத்து மாவட்ட கலெக்டர் அலுவலகங்களிலும் தாலுகா அலுவலகங்களிலும் செயல்பாட்டில் உள்ளது.

இத்திட்டத்தைப் பற்றிச் சற்று விரிவாகத் தெரிந்துகொள்வோம். இத்திட்டத்தின் மூலம் அரசின் சேவைகளைக் கீழ்க்கண்ட மூன்று வகைகளில் பெறலாம்.

1. உடனடிச் சேவை (Tatkal Service)

இத்திட்டத்தின் மூலம் சுமார் 20 நிமிடத்திலிருந்து 3 மணி நேரத்துக்குள் மக்கள் தங்கள் சேவையைப் பெற முடியும். இதன் மூலம் பிரமாணப்பத்திரங்கள் (affidavits), ரேஷன் அட்டையில் திருத்தம், நில வருமானம் போன்ற சேவைகளை பெறமுடியும்.

மொத்தமுள்ள அரசுச் சேவைகளில் சுமார் 20 சதவீதச் சேவைகள் இந்த வகையான சேவைகளாகும்.

2. ஒரே நாளில் சேவை (One-Day Governance)

இதன்மூலம் வேலை நாட்களில் ஒரு மணிக்கு முன்பாகச் சமர்ப்பிக்கப்படும் அனைத்து விண்ணப்பங்களுக்கும் அன்றைய தினம் மாலை 6 மணிக்கு முன்பாகவே தீர்வு காணப்படும். மதியம் பெறப்படும் விண்ணப்பங்கள் அடுத்த நாள் மாலை 6 மணிக்கு முன்பாகத் தீர்வு காணப்படும்.

விண்ணப்பதாரருக்கு அவர்களது விண்ணப்பம் தீர்வு காணப்பட்டவுடன் எஸ்.எம்.எஸ் (குறுஞ்செய்தி) செல்லும். அதன்

அடிப்படையில் அவர்கள் அலுவலகத்துக்கு வந்து சான்றிதழ் களையோ அல்லது தீர்வையோ பெற்றுச் செல்லலாம்.

பொதுவாக, சான்றிதழ்கள் வழங்கல், ரேஷன் கார்டுகளில் பெயர் சேர்த்தல், அழித்தல் போன்ற சேவைகள் இந்தத் திட்டத்தின்மூலம் செயல்படுத்தப்படுகின்றன. இது மொத்த அரசு சேவைகளில் சுமார் 40 சதவீதம் ஆகும்.

3. பிறசேவைகள்

மேலே குறிப்பிடப்படாத அனைத்து சேவைகளும் இந்த வகை யில் அடங்கும். இதனுள், நில வருமானம், புதிய ரேஷன் கார்டு, மத்திய மாநில அரசு நிறுவனங்களிடமிருந்து நோ-அப்ஜெக்ஷன் (தடையில்லை) சான்றிதழ்கள் போன்ற சேவைகளும் அடங்கும்.

இந்த வகையான சேவைகள் பெரும்பாலும் பல அரசு நிறுவனங் களின் கூட்டு முயற்சியோடு தீர்வு காணப்பட வேண்டியவை ஆகும். அதனால், இத்தகைய சேவைகள் குறிப்பிட்ட கால அவகாசத்துக்குள் செய்து முடிக்கப்படுகின்றன.

பல அரசு (மத்திய அல்லது மாநில) நிறுவனங்கள் இணைந்து குறிப்பிட்ட சேவையை அளிக்க முனையும்போது, பொதுவாக நாம் பல அரசு அலுவலகங்களுக்கும் நடையாக நடந்து, காலத்தையும் பணத்தையும் வீணாக்க வேண்டியிருக்கும். ஆனால் இத்திட்டத்தில், அரசு அலுவலகமே இதற்குப் பொறுப் பேற்றுக்கொள்கிறது. தேவையான வேலைகளையும் பல அலுவலகங்களுக்கு இடையேயான ஒருங்கிணைப்புகளையும் அவர்களே செய்துகொள்கின்றனர். அனைத்து அலுவலகங் களும் குஜராத் மாநில இணையத்தளக் கட்டமைப்பால் இணைக்கப்பட்டுள்ளதால், இது எளிதில் சாத்தியமாகிறது.

சேவைகளைப் பெறுவதற்கு விண்ணப்பிக்கும்போதே, அந்த விண்ணப்பத்துக்கான அடையாள எண் கொடுக்கப்படுகிறது. அதன் உதவியால், வேலையின் தற்போதைய நிலைமையை இணையம் மூலமாகவே அறிந்துகொள்ளலாம். வேலை முக்கியக் கட்டத்தைக் கடக்கும்போது, எஸ்.எம்.எஸ் மூலமோ மின்னஞ்சல் மூலமோ தகவல் தெரிவிக்கப்படும். அதற்குத் தக்கவாறு, அந்தச் சேவை மையத்துக்குச் சென்று, தீர்வு முடிவு களையோ அல்லது சான்றிதழ்களையோ பெற்றுக்கொள்ளலாம்.

விண்ணப்பப் படிவத்துடன் தேவையான ஆவணங்கள் இணைக்கப் பட்டிருந்தால் அவை பார்-கோட் மூலம் அடையாளம் காணப்படு கின்றன. இதனால் ஆவணங்கள் காணாமல் போய்விட்டன போன்ற நொண்டிச் சாக்குகளுக்கு வேலை இல்லாமல் போய் விட்டது.

அந்தக் குறிப்பிட்ட விண்ணப்பதாரருக்குத் தனியான அடையாள எண் இருப்பதால், வருங்காலத்தில் ஏற்கெனவே கொடுக்கப் பட்ட ஆவணங்கள் தேவைப்பட்டாலோ அல்லது பரிசீலிக்கப் படும் நிலையில் இருந்தாலோ, அதனை இத்திட்டத்தின் மூலம் குறிப்பிட்ட அரசு அலுவலகமே எடுத்துக்கொள்ள முடியும். விண்ணப்பதாரர், திரும்பத் திரும்ப ஒரே ஆவணத்தைச் சமர்ப்பிக்கவேண்டிய அவசியம் இல்லை.

மேலும் சிறப்புச் சேவைகளாக, வெப் கேமரா மூலம் அங்கேயே புகைப்படம் எடுத்துக்கொள்ள முடியும். உறுதிப்பத்திரங்கள் மற்றும் ஏதாவது ஆவணத்துக்கு நகல் எடுக்கவேண்டியிருந்தால் அல்லது பிரமாணப் பத்திர மாதிரிகள் தேவைப்பட்டால் அவை அனைத்தையும் அதே மையத்திலேயே பெற்றுக்கொள்ள முடியும்.

இன்றைய நவீன, தனியார் வங்கிகளுக்குச் செல்லும்போது நீங்கள் எத்தகைய சிறப்பான வசதியை (டோக்கன் முறை, வய தானவர்களுக்குத் தனி கவுண்டர் போன்றவை) பெறுகிறீர்களோ அவை அனைத்தையும் இத்தகைய மையங்களில் பெற முடியும்.

கலெக்டர் மற்றும் சம்பந்தப்பட்ட மேலதிகாரிகள் அன்றைய தினம் பெறப்பட்ட விண்ணப்பங்களின் எண்ணிக்கை, அவற்றின் தற்போதைய நிலவரம் போன்றவற்றை எஸ்.எம்.எஸ் மூலமாகவும் மின்னஞ்சல் மூலமாகவும் பெறுகின்றனர். மேலும் இம்மையத்தின் சேவைகளைப் பகுத்து ஆராயத் தேவையான அறிக்கைகளையும் தேவைப்படும்போது அவர்களால் பெற முடிகிறது.

தனியாரின் பங்களிப்போடு செயல்படுத்தப்படும் இத்திட்டம் மக்கள் மத்தியில் மிகுந்த வரவேற்பைப் பெற்றுள்ளது. மேலும் அரசின் சேவைகள் குறித்த மக்களின் மரியாதை பலமடங்கு உயர்ந்துள்ளது. அரசு ஊழியர்களின் செயல்திறனும் பல மடங்கு அதிகரித்துள்ளது. இப்போது, அரசு நிர்வாகம் அதிகாரிகளின்

கட்டுக்குள், கண்காணிப்பில் உள்ளது. இடைத்தரகர்களுக்கும் லஞ்சத்துக்கும் வேலையே இல்லாமல் போய்விட்டது.

கலெக்டர் அலுவலகங்களில் பெற்ற வெற்றியை, அனைத்துத் தாலுகாக்களுக்கும் நகராட்சிகளுக்கும் தற்போது விரிவுபடுத்தி யுள்ளனர்.

மே 2003-ல் செயல்பாட்டுக்கு வந்த இத்திட்டம், எப்படி அவ்வளவு சீக்கிரமாகக் காட்டு தீயைப் போல மாநிலம் முழுவதும் சென்றடைந்தது? நரேந்திர மோடியால் நடத்தப்படும் அனைத்து உயரதிகாரிகள் மற்றும் மந்திரிகளின் வருடாந்திர 'சிந்தன் முகாம்'தான் இதற்குப் பிரதான காரணம். ஜூன் 2003-ல், நர்மதை மாவட்டத்தில் நடந்த சிந்தன் முகாமில், வடோதரா முயற்சி அனைவருக்கும் விளக்கப்பட்டது. அனைவரும் அதனை ஆகோ, ஓகோ என்று புகழ்ந்தனர். நரேந்திர மோடியோ, மக்களை மைய மாகக் கொண்ட இதுபோன்ற முயற்சிகளை மேற்கொள்ள கலெக்டர்களுக்குச் சவால் விடுத்தார்! அவர்களும் அந்தச் சவாலை ஏற்றுக்கொண்டு செயல்படுத்தியும் காட்டிவிட்டனர்.

இத்திட்டத்துக்கான நிதி எங்கிருந்து வந்தது? 2003-ல் வடோதரா வில் ஆரம்பிக்கும்போது, இதற்கான நிதியாக சுமார் 1.82 கோடி ரூபாய் திரட்டப்பட்டது. இதில் சுமார் 50 லட்ச ரூபாய், நட்சத்திர இரவு என்ற நிகழ்ச்சியை நடத்தியதன்மூலம் கிடைத்தது. மீத முள்ள தொகை அந்த மாவட்டத்தில் உள்ள அரசின் பொதுத் துறை நிறுவனங்களிடமிருந்து நன்கொடையாகப் பெறப் பட்டது. நாளடைவில், இத்திட்டம் தனியார் பங்களிப்புமூலம் பல தாலுகாக்களிலும் மாவட்டங்களிலும் செயல்படுத்தப் படுகிறது. இதில், இத்திட்டத்துக்குத் தேவையான அடிப்படைத் தகவல் தொழில்நுட்பக் கட்டமைப்புகள், ஊழியர்கள் ஆகியவர் களை அந்தத் தனியார் நிறுவனமே செய்துகொள்ளும். மக்களிட மிருந்து சுமார் 20 ரூபாய் சேவைக்காக வசூலிக்கப்படுகிறது. இதிலிருந்து குறிப்பிட்ட அளவை தனியார் நிறுவனங்கள் வைத்துக்கொண்டு மீதியை அரசுக்கு அளித்துவிடும்.

மொத்தத்தில் பார்த்தால், இதற்கென்று சிறப்பாக நிதி ஏதும் தேவைப்படவில்லை. கூடுதல் அரசு ஊழியர்கள் பணிக்கு அமர்த்தப்படவில்லை. அரசு ஊழியர்கள் தங்கள் வேலைகளை (பொதுமக்கள், இடைத்தரகர்கள் என்று) எவ்விதத் தொந்தரவும் இல்லாமல் சிறப்பாகச் செய்ய முடிகிறது.

இத்திட்டத்தை இந்தியாவில் மட்டுமல்ல, பிற நாடுகளிலும் பாராட்டிப் பரிசுகள் வழங்கியுள்ளனர்.

இப்போது இத்திட்டத்தைப் பல்வேறு மாநிலங்கள், பல்வேறு வகைகளில் ஆங்காங்கே சோதனை முறையில் செயல்படுத்த ஆரம்பித்துள்ளன. ஆனால், குஜராத்திலோ, 2003-ல் இருந்து இத்திட்டம் அமலில் இருக்கிறது. அப்படியானால் குஜராத் குறைந்தது 10 ஆண்டுகள் முன்னே போய்க்கொண்டிருக்கிறதா?

அரசு நிர்வாகத்தில் புதுமைகளைப் புகுத்தியதற்காக இத்திட்டத்துக்கு, Commonwealth Association for Public Administration and Management (CAPAM) விருது வழங்கப்பட்டுள்ளது.

மக்கள் பணியில் நவீன தகவல் தொழில்நுட்பம்

1990-களில் இந்தியாவின் தென் மாநிலங்களான தமிழ்நாடு, கர்நாடகம், ஆந்திரப்பிரதேசம் போன்றவை, தகவல் தொழில் நுட்பத்துறையில் பெரும் வளர்ச்சி அடைய ஆரம்பித்தன. அந்த அலையை குஜராத் மாநிலம் தவற விட்டுவிட்டது.

மேற்குறிப்பிட்ட மாநில அரசுகள், தகவல் தொழில்நுட்பத் துறைமூலம் வேலை வாய்ப்புகளை உருவாக்கியதோடு, கணிசமான அந்நியச் செலாவணியையும் பெற்று வருகின்றன. ஆனால், தங்கள் மாநில அரசுப் பணிகளில், தகவல் தொழில் நுட்பத்தைத் பயன்படுத்துவதில் மந்தமாகவே செயல்பட்டு வந்துள்ளன.

ஆனால், நவீன தகவல் தொழில்நுட்பத்தை மக்கள் பணிகளுக்குப் பயன்படுத்துவதில், வளர்ந்த நாடுகளுக்கு இணையாக இன்று குஜராத் மாநிலம் திகழ்ந்துவருகிறது.

நரேந்திர மோடி முதலமைச்சராகப் பொறுப்பேற்றபின், தகவல் தொழில் நுட்பம் சார்ந்த அடிப்படைக் கட்டமைப்புகளை மேம்படுத்துவதில் ஆரம்பித்து, பல்வேறு புது முயற்சிகளைத் தொடர்ந்து மேற்கொண்டு வருகிறார்.

2001-ல் நரேந்திர மோடி முதல்வர் ஆனபோது, முதல்வரின் அலுவலகம் உட்பட, தலைமைச் செயலகத்தில் கணினியைக் காண்பதே அரிதாக இருந்தது. அதன் பயன்பாடு மிகக்

குறைவாகவே இருந்தது. கணினி என்பது ஓர் அறிவியல் அதிசயமாக மட்டுமே பார்க்கப்பட்டது.

மின்னஞ்சல்மூலம் தகவல்

நரேந்திர மோடி இந்த நிலையை மாற்ற ஒரு கொள்கை முடிவை அறிவித்தார். முதலமைச்சர், இனி தகவல்களை மின்னஞ்சல் மூலம் மட்டுமே அனுப்புவார்!

அந்தச் சிறு தொடக்கம், கடந்த 12 ஆண்டுகளில் குஜராத்தை, தகவல் தொழில்நுட்பத்தை மக்கள் பணிக்குப் பயன்படுத்தும் மாநிலங்களின் முன்னணியில் கொண்டுபோய் நிறுத்தியுள்ளது.

மத்திய, மாநில அரசுகள், தகவல் தொழில்நுட்பத்துக்கு நிதியைத் தயங்கித் தயங்கி அனுமதித்துக்கொண்டிருந்தபோது, மோடி அரசு எல்லாத் துறைகளும், தங்கள் நிதியில் 2 சதவீதத்தை தகவல் தொழில்நுட்பத்துக்குச் செலவிடவேண்டும் என உத்தரவிட்டது. இது மாநில நிதிநிலை அறிக்கையிலும் எதிரொலித்தது. 2005-லிருந்து தகவல் தொழில்நுட்ப நிதி 3 சதவீதமாக உயர்த்தப்பட்டது.

பெரும்பாலான மாநிலங்கள் இன்று தகவல் தொழில்நுட்பத் திட்டங்களை உருவாக்கத் தொடங்கியுள்ளன. ஆனால் எதிர் பார்த்த பலன் கிடைக்கவில்லை. காரணம் ஒரு திட்டத்தின் வெற்றியானது, அதனைப் பயன்படுத்தும் மக்களின் எண் ணிக்கை, படிப்பறிவற்ற மக்களாலும் எளிதில் பயன்படுத்தக் கூடிய நிலைமை, மக்களின் அன்றாடத் தேவைகளைப் பூர்த்தி செய்வது போன்ற பலவற்றைக் கொண்டு அமைகிறது.

அந்த வகையில், குஜராத் அரசு முன்னணியில் இருக்கிறது. தேர்ந்தெடுக்கும் திட்டங்கள், சம்பந்தப்பட்ட அரசுத் துறை களுடன் இணைந்து செயல்படுத்தும் விதம், மக்களை ஈடுபடுத்தி, கடைக்கோடி மக்களுக்கும் அவற்றைக் கொண்டு சேர்த்து, அவர்களுக்குத் திட்டங்களின் நன்மையை விளக்கி, அவற்றைப் பயன்படுத்த மேற்கொள்ளும் முயற்சிகள் போன்றவை வியக்கத்தக்கவை.

தலைநகரோடு இணைப்பு

முதலில், 2001-ம் ஆண்டு அனைத்து மாவட்ட ஆட்சியர் அலுவல கங்களும், அனைத்து தாலுகா அலுவலகங்களும் மாநிலத் தலைநகரான காந்தி நகரோடு இணைக்கப்பட்டன.

இதனைச் செய்து முடிக்க எடுத்துக்கொள்ளப்பட்டது வெறும் 6 மாதங்கள்தான்.

இதன்மூலம் நரேந்திர மோடியின் அரசு, ஒரு வரலாறு படைத்தது. நாட்டிலேயே முதன்முதலாக ஒரு மாநில அரசு, தாலுகா அலுவலகத்தைக்கூடத் தலைமைச் செயலகத்தோடு நெட்வொர்க்மூலம் இணைத்தது இதுவே முதல் முறை.

கம்ப்யூட்டர் நெட்வொர்க் மூலம் மேற்குறிப்பிட்ட அலுவலகங்கள் இணைக்கப்பட்டதால், தகவல்களை உடனுக்குடன் வேகமாகப் பரிமாறிக்கொள்வதோடு மக்கள் பிரச்னைக்கு மிக விரைவாகத் தீர்வுகாண முடிந்தது. இந்த நெட்வொர்க்கின் மூலம், வீடியோ, ஆடியோ, ஆவணங்கள் ஆகியவற்றை மிக வேகமாக அனுப்ப முடியும்.

2012-ம் ஆண்டுக் கணக்குப்படி, சில மாவட்டங்கள் 8 mbps வேகத்தில் தலைநகரான காந்திநகருடன் இணையும் திறன் பெற்றுள்ளன. அனைத்து தாலுகாக்களும் மாவட்டத் தலைமையகத்துடன் 2 mbps வேகத்தில் இணையும் திறன் பெற்றுள்ளன.

இந்த அடிப்படைக் கட்டமைப்புதான், குஜராத் அரசு பல்வேறு மக்கள் நலத் திட்டங்களைச் செயல்படுத்துவதற்கு ஏதுவாக அமைந்தது.

ஆன்லைன் டெண்டர்

2004-ம் ஆண்டு ஆன்லைன் கொள்முதல் திட்டம் அறிமுகப்படுத்தப்பட்டது. 10 லட்சம் ரூபாய்க்கும் அதிகமான அரசு கொள்முதல்கள், ஆன்லைன் மூலமாக டெண்டர் விடப்பட்டன. இதன்மூலம் இடைத்தரகர்களை ஒழித்ததோடு, கொள்முதல் நேரமும் வெகுவாகக் குறைந்தது.

இதன் வெற்றியைத் தொடர்ந்து 2011-ம் ஆண்டுமுதல் அனைத்துக் கொள்முதல்களும் ஆன்லைனில் நடத்துவது கட்டாயமாக்கப்பட்டது. இதைத் தொடர்ந்து 5 லட்சம் ரூபாய்க்கும் அதிகமான கொள்முதல்கள் அனைத்தும் ஆன்லைனில் நடைபெறுவது கட்டாயமாக்கப்பட்டுள்ளது.

இதனால் லஞ்ச லாவண்யம் அடியோடு ஒழிக்கப்பட்டது. அரசின் வெளிப்படையான நிர்வாகத்துக்கு இது ஓர் எடுத்துக்காட்டு.

2010-ல் குஜராத்தின் உள்ளாட்சித் தேர்தலின்போது, காந்தி நகர் மாநகராட்சியில் இணையதளம் மூலம் வாக்களிக்கும் முறை வெற்றிகரமாக அறிமுகப்படுத்தப்பட்டது. இந்நடைமுறையை அனைத்திந்திய மாநிலங்களுக்கும் விரிவுபடுத்த தேர்தல் ஆணையம் முயன்று வருகிறது.

இணையத்தளங்கள்

மக்கள் பயன்பாட்டுக்காக அனைத்து அரசு அமைப்புகளும் தங்களுக்கான இணையத்தளங்களை வைத்துள்ளன. இந்த இணையத்தளங்களில் அந்தந்தத் துறை சார்ந்த தகவல்கள் உடனுக்குடன் வெளியிடப்படுகின்றன. சாதாரண மக்களும் பயன்படுத்தும் விதமாக இணையத்தளங்கள், ஆங்கிலத்தோடு குஜராத்தி மொழியிலும் உள்ளன.

2012-ம் ஆண்டுக் கணக்குப்படி சுமார் 214 குஜராத் அரசு இணையத்தளங்கள் புழக்கத்தில் உள்ளன.

இப்போதெல்லாம் கிராம பஞ்சாயத்துகளிலிருந்தே பிறப்பு, இறப்பு, வருமானச் சான்றிதழ்கள் பெறப்படுகின்றன. கிராமப் பஞ்சாயத்தும் இணையத்தில் இணைக்கப்பட்டுள்ளதால் இது சாத்தியமாகியுள்ளது.

நரேந்திர மோடி, அவருக்கென்று ஓர் இணையத்தளத்தை வைத் திருக்கிறார். இதன்மூலம் அவர் மக்களைத் தொடர்புகொள்கிறார். மக்களும் அவரைத் தொடர்பு கொள்கின்றனர். அவரது பேட்டிகள், பொதுக்கூட்டங்கள் பற்றிய வீடியோக்கள் அதில் உடனுக்குடன் வெளியிடப்படுகின்றன. இதுதவிர பேஸ்புக், டுவிட்டர், கூகுள் பிளஸ் போன்ற சமூக வலைத்தளங்கள் மூலம் இன்றைய இளைய தலைமுறையினருடன் அவர் தொடர்பில் உள்ளார்.

இந்தியாவில் சமூக இணையத்தளத்தில், அதிகம் பேர் பின்தொடரும் ஒரே தலைவர் நரேந்திர மோடிதான்.

மோடியின் இணையத்தளத்தின் மூலமே அவரை நேரில் சந்திக்க விண்ணப்பிக்கும் வசதியும் கோரிக்கைகளை அவரது பார்வைக்கே அனுப்பும் வசதியும் உள்ளன.

செயற்கைக்கோள் வரைபடம்

குஜராத்தில் எந்தப் பகுதியிலும் ஏதாவது சாலையோ, பாலமோ, கால்வாயோ, சாக்கடையோ அல்லது இதுபோன்ற வேறு

அடிப்படைக் கட்டமைப்புகளோ திட்டமிடப்படும்போது, அப்பகுதியின் செயற்கைக்கோள் வரைபடத்தோடுதான் திட்டமிடுகிறார்கள். இதனால், ஒருங்கிணைந்த, மக்களுக்குப் பயன்படக்கூடிய வகையில், தேவையாக இடங்களில் மட்டும் தேவையான கட்டமைப்புகள் ஏற்படுத்தப்படுகின்றன.

இந்த வரைபடங்களை குஜராத்தில் உள்ள 'பாஸ்கரா இன்ஸ்டியூட்' உருவாக்கி, நிர்வகிக்கிறது.

இ-தால் (etaal.gov.in) என்ற மத்திய அரசின் இணையதளம் நாட்டில் நடக்கும் அனைத்து அரசு இணையதள சேவை பரிவர்த்தனைகளையும் கணக்கிட்டு, பகுப்பாய்வு செய்து தனது இணையத்தளத்தில் வெளியிட்டு வருகிறது. 01, ஜன, 2013லிருந்து 22, செப், 2013 வரை அனைத்து மாநில, யூனியன் பிரதேசங்களில் 79,51,89,514 அரசு சேவைகள் இணையத்தின் வாயிலாக வழங்கப்பட்டுள்ளன. அதில், குஜராத்தில் மட்டும் 24,71,16,189 சேவைகள் நடந்துள்ளன. இது மொத்த பரிவர்த்தனைகளில் சுமார் 31% ஆகும். இதன் மூலம் குஜராத் அரசு இணைய தள சேவை வழங்குவதில் தேசத்திலேயே முன்னணி மாநிலமாகத் திகழ்கிறது. அதேகாலகட்டத்தில் மத்திய அரசு வெறும் 18,31,17,215 பரிவர்த்தனைகளை மட்டுமே இணையம் மூலம் வழங்கியுள்ளது.

★

ஓர் அரசின் முக்கிய நோக்கமே மக்கள் சேவைதான். ஆனால் இது இந்தியாவில் கடந்த பல ஆண்டுகளில் நம்பவே முடியாத அளவுக்கு மாற்றம் அடைந்து அதிகாரத்தையும் அதன்மூலமாக தவறான வழிகளில் செல்வம் அடைதலையுமே நோக்கமாக மாற்றிவிட்டது. இதனால் மக்கள் சேவைகள் தரம் குறைந்த வகையிலேயே இருந்துவருகின்றன. இது மாறவே மாறாதா என்ற ஏக்கம் மக்களிடையே வந்துள்ளது.

குஜராத் பரிசோதனைகள் மக்களுக்கு ஆறுதலாகத் தெரிகின்றன. உண்மையிலேயே ஒரே நாளில் தரமான சேவையை அரசிட/ மிருந்து பெறலாம், லஞ்சம் கொடுக்கவே தேவையில்லை என்ற செய்தி நமக்குப் பெரும் நம்பிக்கையைக் கொடுத்துள்ளது.

7

உள் கட்டமைப்பு

ஒரு மாநிலத்தின் வளர்ச்சிக்கு மிக முக்கியத் தேவை, அதன் அடிப்படைக் கட்டமைப்புகள் வலுவாக இருப்பது. அதனை மோடியின் குஜராத் எவ்வாறு செயல்படுத்தியுள்ளது என்பதைச் சில எடுத்துக்காட்டுகளைக் கொண்டு பார்ப்போம்.

சொர்க்கமாக மாறிய 'கூவம்'

'கூவம்' என்றாலே நமக்கு உடனே நினைவுக்கு வருவது சென்னையில் ஓடும் சாக்கடை ஆறுதான். கூவம் என்பது ஓர் அழகான ஆறாக இருந்தது; அது இன்று மாசுபட்டுக் கிடக்கிறது என்பதுகூடப் பலருக்குத் தெரியாது.

குஜராத்தின் அகமதாபாத் நகரில் ஓடும் சபர்மதி நதிகூட நமது கூவம் ஆற்றைப்போன்றே சாக்கடை ஆறாகத்தான் ஓடியது.

ஆரவல்லிப் பள்ளத்தாக்கிலிருந்து பல அணைகளைக் கடந்து அகமதாபாத்துக்கு வரும் இந்த நதி, வருடத்தில் பல மாதங்கள் தண்ணீரே இல்லாமல் கிரிக்கெட் விளையாடும் இடமாகப் பயன்பட்டு வந்தது. நகரின் சாக்கடை நீர் மட்டுமின்றி தொழிற்சாலைக் கழிவுகளை கொட்டும் இடமாகவும் இருந்தது.

அன்றாடம் காய்ச்சிகள், நகர்ப்புற வறுமையைத் தாக்குப்பிடிக்க முடியாமல் இந்நதியின் கரையோரத்தில் கணிசமான அளவு குடியேறியிருந்தனர்.

எப்போதாவது திடீரென்று நிகழும் வெள்ளப்பெருக்கால், அந்த மக்களும் அவர்களின் உடைமைகளும் கடுமையாகப் பாதிப்புக்கு உள்ளாகின.

எப்போதாவதுதானே தண்ணீர் வரும் என்பதால் அங்கு வாரச் சந்தையும் கூடியது. எதற்கு வெட்டியாக இடத்தை விட்டு வைப்பது என்று அதனை ஆக்கிரமிக்கும் கூட்டம் வேறு.

ஆனால், எட்டே ஆண்டுகளுக்கு உள்ளாக, அந்த நதி அடியோடு மாறிவிட்டது. முன்பு, ஜீவனற்று மெல்ல மெல்லச் செத்துக் கொண்டிருந்த நதி, இப்போது வற்றாத ஜீவநதி ஆகிவிட்டது. 10.6 கி.மீ தூரத்துக்குச் சலசலவென நிற்கும் சுத்தமான நீர், மனத்துக்கு மகிழ்ச்சி ஊட்டுவதோடு நகருக்குப் புதுப் பொலிவையும் கொடுக்கிறது.

நதியின் துர்நாற்றத்தைத் தவிர்க்க மூக்கை மூடிக்கொண்டு சென்றவர்கள் இப்போது, குடும்பத்தோடு சென்று, அங்கு மாலைப் பொழுதையும் விடுமுறை நாட்களையும் கழிக்கி றார்கள். படகு சவாரியும் செய்கின்றனர்.

இந்த ஆச்சரியம் எப்படி நடந்தது?

கூவத்தைச் சுத்தப்படுத்தக் கனவு மட்டுமே கண்டுகொண்டிருக் கும் நமக்கு இது ஆச்சரியமாக இருப்பதில் ஆச்சரியமில்லை.

இந்தத் திட்டத்தைப் பற்றி இப்போது விரிவாக பார்க்கலாம்.

காந்தி ஆஸ்ரமம்

மேற்கு இந்தியாவில் உள்ள பெரிய நதிகளில் ஒன்று சபர்மதி. இது ராஜஸ்தானில் தோன்றி, வட குஜராத் வழியாக சுமார் 371 கி.மீ. தூரம் பயணித்து அரபிக் கடலில் போய் சங்கமிக்கிறது. சபர்மதியின் கரையில்தான், குஜராத்தின் தொழில் நகரமான அகமதாபாத்தும் தலைநகரான காந்திநகரும் அமைந்துள்ளன. மகாத்மா காந்தி, தனது ஆசிரமத்தை இந்நதியின் கரையில்தான் நிறுவினார்.

சபர்மதி ஆறு உபநதிகளைக் கொண்டுள்ளது. எட்டுக்கும் மேற்பட்ட அணைக்கட்டுகளையும் கொண்டுள்ளது.

அகமதாபாத்துக்கு முன்பாக, சுமார் 165 கி.மீ தூரத்தில் தாரோய் அணை கட்டப்பட்டுள்ளது. அந்த அணை எப்போதாவதுதான் திறக்கப்படும் பரிதாப நிலையில் உள்ளதால், அகமதாபாத்தில் சபர்மதி எப்போதும் வறண்டுதான் கிடந்தது. அகமதாபாத்தில் உள்ள அனைத்துத் தொழிற்சாலைகளின் கழிவுகளும் இங்கே

தான் கொட்டப்பட்டன. சுமார் 45 லட்சம் மக்கள் தொகை யோடு வேகமாக வளர்ந்துகொண்டிருக்கும் அகமதாபாத்தின் பெரும்பாலான சாக்கடைகளுக்கு வடிகாலாக விளங்கியது சபர்மதி ஆறு.

அகலமான, நீண்ட சபர்மதியின் கரையோரம், கிராமங்களிலிருந்து பிழைப்பு தேடிவரும் மக்களுக்கு வாழ்விடமாக மாறியதில் ஆச்சரியம் ஏதுமில்லை. தண்ணீர் இல்லாத சில பகுதிகள் தொழிற்சாலைகளாகக் கூட மாறியது! இது ஒன்றும் புதிதல்ல, வளர்ச்சியின் பெயரால் எல்லா நகரங்களிலும் நடைபெறும் ஒன்றுதான் இது. மழைக் காலங்களில் நதியில் ஏற்படும் வெள்ளப்பெருக்கு, அவ்வப்போது அந்நகரைப் பதம்பார்ப்பதும் வாடிக்கையான ஒன்று.

அகமதாபாத்தைக் கிழக்காகவும் மேற்காகவும் பிரிக்கும் இந்த நதியின் நீண்ட பாரம்பரியத்தையும் அதன் கரையோரத்தில் பரந்து கிடக்கும் நிலப்பரப்பையும் பாதுகாக்க எண்ணினார் நரேந்திர மோடி. காலியாகக் கிடக்கும் இந்த நிலப்பரப்பையும் நதியையும், உழைத்துக் களைத்திருக்கும் நகரவாசிகளுக்கான ஒரு பொழுதுபோக்கு அம்சமாக மாற்ற அவர் திட்டமிட்டார். இதற்கு முன்பு சுமார் ஐம்பது ஆண்டுகளாக (1960களில் இருந்து) இதைப் பலர் கனவு கண்டனர். ஆனால் அவையெல்லாம் கனவாகவே முடிந்துபோயின.

நரேந்திர மோடியின் அரசு, இந்தத் திட்டத்தைப் பற்றி யோசிக்க ஆரம்பித்த உடனேயே பல சவால்கள் முன் வந்து நின்றன.

1. வற்றியே இருக்கும் நதியை எப்படி வற்றாத ஜீவநதி ஆக்குவது?
2. தொழிற்சாலைக் கழிவுகளை ஆற்றில் கலக்க விடக்கூடாது. என்ன மாற்று வழி?
3. நகரத்தின் சாக்கடை நீர் இந்த நதியை மாசுபடுத்துவதைத் தவிர்ப்பது எப்படி?
4. ஆற்றின் கரையோரங்களில் குடியேறியிருக்கும் ஏழைகளை எப்படி அகற்றுவது? அவர்களுக்கு மாற்று ஏற்பாடுகளை எப்படிச் செய்து தருவது?
5. இந்தத் திட்டத்துக்கான பணத்தை எவ்வாறு ஏற்பாடு செய்வது?
6. இந்தத் திட்டத்தை யார் செயல்படுத்துவது, மாநில அரசா அல்லது அகமதாபாத் மாநகராட்சியா?

இப்படிப் பல கேள்விகள்.

முடிவாக, அகமதாபாத்தைக் கடந்து செல்லும் சபர்மதியில் 10.6 கிலோமீட்டர் தூரத்துக்கு எப்போதுமே தண்ணீர் கெட்டுப் போகாமல், அளவு மாறாமல் வைப்பதாகத் திட்டமிடப்பட்டது. பல்வேறு அரசுத் துறைகளிலிருந்து இத்திட்டத்தைச் செயல் படுத்துவதற்கான அதிகாரிகள் தேர்ந்தெடுக்கப்பட்டனர். இந்தத் தேர்வு முழுக்க முழுக்க அவர்கள் கடந்த காலங்களில் செய லாற்றிய விதம் மற்றும் திறமையின் அடிப்படையில் அமைந்தது.

இந்தத் திட்டத்தைச் செயல்படுத்த சபர்மதி நதி முகப்பு மேம் பாட்டுக்கழகம் (SRFDCL) 1997-ல் தொடங்கப்பட்டது. ஆனால், 2004-ல் மோடியால்தான் அது செயல்படத் தொடங்கியது.

அதேபோல் இத்திட்டத்தை நிறைவேற்ற சுமார் 200 ஹெக்டேர் நிலம் அகமதாபாத் மாநகராட்சிக்கு ஒதுக்கப்பட்டது.

மழைக்காலங்களில், சபர்மதி ஆற்றில் வெள்ளப்பெருக்கு ஏற்பட்டு அது அகமாதாபாத் நகரினுள் புகாமல் இருக்க நதியின் இருபுறமும் பலமான தடுப்புச் சுவர்கள் அமைக்கப்பட்டன.

எல்லாவற்றுக்கும் மேலாக, இந்தத் திட்டம் முடிந்து திறப்பு விழா நடப்பதற்கு முன்பாகவே, ஆற்றங்கரை ஓரத்தில் இருந்த சுமார் இரண்டாயிரத்துக்கும் மேற்பட்ட குடும்பங்களுக்கு, மாற்று வீடுகள் வழங்கப்பட்டன.

அடுக்குமாடிக் குடியிருப்பு வீடுகளில் அவர்கள் குடியமர்த்தப் பட்டனர். அதுவும் அகமதாபாத் மாநகரின் எல்லைக்குள் ளாகவே. கேட்கவா வேண்டும்? உடனேயே அவர்கள் அந்த வீடுகளுக்குக் குடி போய்விட்டனர். அவர்களுக்கு மின்சாரம், ரேஷன் கார்டு, வாக்காளர் அடையாள அட்டை போன்ற அடிப் படை வசதிகள் அனைத்தும் உடனேயே செய்து தரப்பட்டன.

2012-ம் ஆண்டு ஆகஸ்ட் 15-ம் தேதி நரேந்திர மோடி, இந்தத் திட்டத்தை நாட்டு மக்களுக்கு அர்ப்பணித்தார். படகுப் போக்கு வரத்தையும் அவர் தொடங்கி வைத்தார்.

லண்டன், நியூ யார்க், சிங்கப்பூர் மட்டும்தான் நதிகளை நகர மக்களின் வாழ்க்கையோடு இணைந்த பகுதியாக ஆக்க முடியும் என்றில்லை. அகமதாபாத்தும் அதனைச் செய்ய முடியும் என்று நிரூபித்துக் காட்டினார் மோடி.

உலகப் புகழ்பெற்ற KPMG நிறுவனம் இந்தத் திட்டத்தை உலகின் 100 புதுமையான முயற்சிகளில் ஒன்று என்று குறிப்பிட்டுள்ளது.

அகமதாபாத் வாசிகளுக்கு, தற்போது பொழுதுபோக்கு அம்ச மாக இது மாறியுள்ளது. தண்ணீர் நதியில் எப்போதுமே நிரம்பி யுள்ளதால், நிலத்தடி நீர்மட்டமும் கணிசமாக உயர்ந்துள்ளது. மேலும் இனி, வெள்ளப் பெருக்கு பற்றிய அபாயமும் இல்லை.

நதியை மையமாகக் கொண்டு, பல சிறிய, பெரிய தொழில்கள் பெருக வாய்ப்புள்ளது.

காலம் காலமாக அகமதாபாத்துக்குக் குடிநீர் வழங்கி வந்த சபர்மதி, இனி என்றுமே தவறாமல் தண்ணீர் வழங்கும் என்ற பெருமிதமான நிலை ஏற்பட்டுள்ளது.

இதற்கு முன்பெல்லாம், இந்தியாவில் உள்ள கூவம் போன்ற ஆறுகளை எப்படி அழகுபடுத்தலாம் என்பதற்கு முன்மாதிரியான திட்டங்களைப் பார்த்துத் தெரிந்துகொள்வதற்காக வெளிநாடு களுக்குச் செல்லவேண்டிய நிலை இருந்தது. இப்போது அப்படி அல்ல. குஜராத் சென்று சபர்மதி ஆற்றைப் பார்த்தாலே போதும். பல வெளிநாடுகளுக்கும் இது முன்மாதிரியான திட்டமாக அமைந்துள்ளது.

மக்கள் போக்குவரத்து

நகரத்தின் அளவு எவ்வளவு இருந்தாலும் அளவு பேதமின்றி போக்குவரத்து நெரிசல் மட்டும் எல்லா இடங்களிலும் காணப் படுகிறது. வாகனங்களின் எண்ணிக்கை நாளுக்கு நாள் அதிகரிப் பது போன்று, சாலைகளின் அகலம் அதற்குத் தக்கதாக அதிகரிக் காததுதான் முக்கியக் காரணம் என்று கருதப்படுகிறது.

போக்குவரத்து நெரிசலைச் சமாளிக்க, மாநில, மாவட்ட, நகர நிர்வாகங்கள் பல்வேறு நடவடிக்கைகளை மேற்கொண்டு வருகின்றன.

இன்றைய பேஷன், மேம்பாலங்கள் கட்டுவது, வட்டச்சாலை கள் அமைப்பது போன்றவை. அவற்றால் ஓரளவுக்குத்தான் போக்குவரத்து நெருக்கடி குறைந்துள்ளது. ஆனால் பிரச்னை முழுமையாகத் தீர்க்கப்படவில்லை.

50 லட்சத்துக்கும் அதிகமான மக்கள் தொகை கொண்ட பெரு நகரங்கள், தில்லி மெட்ரோ ரயிலின் மகத்தான வெற்றியைத்

தொடர்ந்து தங்கள் நகரங்களிலும் மெட்ரோ ரயில் திட்டத்தைச் செயல்படுத்தத் தொடங்கியுள்ளனர். இதில் என்ன பிரச்னை என்றால், பல்லாயிரக்கணக்கான கோடி ரூபாய் செலவாகும். மேலும், சராசரியாக 10 ஆண்டுகளாவது காத்திருக்க வேண்டும்.

இன்னும் பல மாற்று வழிகள், நகரத்தின் அமைப்பு, போக்கு வரத்து நெருக்கடி, வாகனங்களின் தன்மை ஆகியவற்றுக்கு ஏற்றவாறு கண்டறியப்பட்டுள்ளன.

பெரும்பாலான நேரங்களில், வாகனத்தால் சுற்றுச் சூழலுக்கு ஏற்படும் தீங்கு கணக்கில் எடுத்துக்கொள்ளப்படாமல், போக்கு வரத்து நெருக்கடியை மட்டும் மனத்தில் கொண்டு திட்டங்கள் தீட்டப்படுகின்றன.

சுமார் 45 லட்சம் மக்கள் தொகை கொண்ட குஜராத்தின் அகமதாபாத் நகரத்தின் நிலையும் அப்படித்தான் இருந்தது.

ஆனால், அம்மாநிலத் தலைமையோ சற்று வித்தியாசமானதாக இருந்ததால், போக்குவரத்து நெருக்கடிக்கும் மிக மாறுபட்ட வழியில் தீர்வு காணப்பட்டுள்ளது.

அகமதாபாத் நகரத்தின் போக்குவரத்து நெரிசலைக் குறைக்க வேண்டும். அதிகப் பணம் செலவழிக்கக் கூடாது. அதிக காலம் காத்திருக்கக் கூடாது. அந்தத் தீர்வு சுற்றுபுறச் சூழலுக்கு உகந்த தாக இருக்க வேண்டும். இதுபோன்ற நிபந்தனைகளோடு களம் இறங்கினார் மோடி.

உலகே வியக்கும் வண்ணம் மிகச் சிறப்பான திட்டத்தை வகுத்து, அதை இப்போது வெற்றிகரமாக நடைமுறைப்படுத்தவும் செய்துள்ளனர். தற்போது அகமதாபாத் வாசிகளால், சொகுசு பஸ்களில், நகரின் ஓர் எல்லையிலிருந்து மறு எல்லைக்கு எவ் விதப் போக்குவரத்து நெரிசலும் இல்லாமல் செல்ல முடிகிறது. மூன்று நிமிடத்துக்கு ஒரு முறை பேருந்துகள் தங்கு தடையின்றி வந்து செல்லும் வகையில் திட்டமிட்டுச் செயல்படுத்தப் பட்டுள்ளது இந்தத் திட்டம்.

BRTS என்று அழைக்கப்படும் Bus Rapid Transit System, 2005-ல் யோசிக்கப்பட்டது. இத்திட்டத்தைச் செயல்படுத்துவதற்காக பிரத்தியேகமாக, 'அகமதாபாத் ஜன்மார்க் லிமிடெட்' என்ற நிறுவனம் ஆரம்பிக்கப்பட்டது. அந்த அமைப்பின் தலைவராக,

அகமதாபாத் மாநகராட்சியின் கமிஷனர் நியமிக்கப்பட்டார். CEPT பல்கலைக்கழகம் உட்பட பல அமைப்புகளின் உதவியுடன் திட்டம் தயாரிக்கப்பட்டு, 2006-ம் ஆண்டு நவம்பரில் திட்டத்துக்கு ஒப்புதல் வழங்கப்பட்டது.

சுமார் 1,000 கோடி ரூபாய் மதிப்பீட்டில் 2007-ம் ஆண்டு ஆரம்பிக்கப்பட்ட இந்தத் திட்டம், வெகுவிரைவாக 2009-ம் ஆண்டு முடிவிலேயே செயல்பாட்டுக்கு வந்துவிட்டது.

2005-ம் ஆண்டை நகர முன்னேற்ற ஆண்டாக அறிவித்த குஜராத், ஐந்தாண்டுகளுக்குள்ளாகவே திட்டத்தை ஆரம்பித்து அதனை மக்களின் பயன்பாட்டுக்கும் கொண்டு வந்துவிட்டது ஒரு மாபெரும் சாதனை.

பொதுவாக, ஆறு வழிச் சாலையினாலும் சரி நான்கு வழிச் சாலையானாலும் சரி, சாலையின் இரு பக்கத்திலும், பக்கத்துக்கு ஒன்று என்ற கணக்கில் வாகனங்களை நிறுத்திவைப்பதைப் பார்த்திருக்கிறோம். அல்லது சரியான பராமரிப்பின்மையால், ஆறு வழிச் சாலை நான்கு வழிச் சாலையாகவும், நான்கு வழிச் சாலை இரு வழிச் சாலையாகவும் மட்டுமே நம்மூர்களில் பயன்பட்டு வருகின்றன.

இருக்கின்ற சாலைகளைத் திறமையாக, முழுமையாகப் பயன்படுத்தினாலே பல இடங்களில் வாகன நெருக்கடி குறைந்து விடும்.

அதனால், அகமதாபாத்தில் இருக்கின்ற சாலையையே பயன்படுத்தலாம் என்று திட்டமிடப்பட்டது. அதனை எப்படி நடைமுறைப்படுத்துவது?

BRTS திட்டத்துக்கு, நகரின் ஆறு வழிச் சாலையில் நடுவில் இருக்கும் எதிரெதிர்த் திசைகளிலான இரண்டு பாதைகளை எடுத்துக்கொள்ளத் திட்டமிடப்பட்டது. இந்தச் சாலைகளில் BRTS பேருந்துகள் மட்டுமே செல்லும் என்று திட்டமிடப்பட்டது. அந்தப் பேருந்துகளுக்கான நிறுத்தங்கள் ஆங்காங்கே சாலையின் நடுவிலேயே அமைக்கப்பட்டன.

பயணிகள் பாதுகாப்பாக இந்தப் பேருந்து நிலையங்களுக்கு வந்து செல்லச் சிறப்புப் பாதைகள் அமைக்கப்பட்டன.

எப்படி மெட்ரோ ரயில்கள், கட்டுப்பாட்டு நிலையங்கள் மூலம் கண்காணிக்கப்படுகின்றனவோ, அதேபோல், இந்தப் பேருந்து களைக் கண்காணிக்க ஒரு கட்டுப்பாட்டு நிலையம் அமைக்கப் பட்டது.

BRTS பேருந்துகள் தனியார் நிறுவனங்களால் ஓட்டப்படுவதால், அவற்றைச் சாமர்த்தியமாகக் கையாள, கட்டுப்பாட்டு நிலையம் அரசு அதிகாரிகளால் நிர்வகிக்கப்படுகிறது.

இந்தக் கட்டுப்பாட்டு மையம், பேருந்துகளுடன் GPRS தொழில் நுட்பத்தோடு இணைக்கப்பட்டுள்ளதால், அவற்றுக்குத் தேவை யான தகவல்களையும் உத்தரவுகளையும் உடனுக்குடன் வழங்க முடியும்.

குறிப்பிட்ட நேரத்தில், ஒரே பேருந்து நிலையத்தை நோக்கி ஒன்றுக்கு மேற்பட்ட பேருந்துகள் ஒரே வழித் தடத்தில் செல் கின்றன என்று வைத்துக்கொள்வோம். முன்னால் செல்லும் பேருந்தில் இருக்கைகள் காலியாக உள்ளன. இரண்டாவது பேருந்திலோ, வெகு சில பயணிகளே உள்ளனர். இந்தச் சூழ லில், கட்டுப்பாட்டு மையம், முதல் பேருந்தை நிறுத்தி, இரண்டாவது பேருந்தில் உள்ள பயணிகளை முதல் பேருந்தில் செல்ல அறிவுறுத்துகிறது. இதனால், பேருந்துகளின் தேவை யற்ற பயணங்கள் தவிர்க்கப்படுகின்றன.

2013 புள்ளிவிவரப்படி, தினமும் சுமார் 1.25 லட்சத்துக்கும் மேற்பட்ட பயணிகள் இந்த BRTS பேருந்துகளைப் பயன்படுத்தி வருகின்றனர். இதற்குமுன் குறிப்பிட்ட ஓர் இடத்தைச் சென்றடைய மணிக்கணக்கில் பயணம் செய்த மக்கள், இப்போது மிகக் குறைந்த நேரத்தில் செல்கின்றனர்.

இந்தத் திட்டம் மூன்று கட்டமாகச் செயல்படுத்தப்பட்டது. முதல் கட்டத்தில், 12.5 கிலோ மீட்டர் தூரத்துக்குப் பேருந்துகள் விடப்பட்டன. இரண்டாவது கட்டத்தில், அதனைப் படிப்படி யாக 40 கிலோ மீட்டர் தூரத்துக்கு அதிகப்படுத்தினர். 2013 புள்ளிவிவரப்படி, அது 67 கி.மீ. ஆக இருந்தது. 2015-ல் இந்தத் திட்டம் முழுமையடையும்போது, சுமார் 115 கி.மீட்டர் தூரத்துக்குப் பேருந்துகள் விடப்படும்.

BRTS கட்டுப்பாட்டு நிலையத்திலிருந்து எந்தெந்தப் பேருந்துகள் இப்போது எங்கு சென்றுகொண்டிருக்கின்றன, அதில் எத்தனை

பயணிகள் உள்ளனர் என்பதை அறிய முடியும். ஏதாவது பேருந்து கோளாறாகி விட்டதா? அதனை எந்தப் பணிமனைக்கு எடுத்துச் செல்லவேண்டும் போன்ற உத்தரவுகளைக்கூடக் கணிணியின் உதவியால் கொடுக்க முடியும்.

தற்போதெல்லாம், BRTS பேருந்து நிலையங்களின் வாகன நிறுத்தத்தில் அதிகமான கார்களைக் காணமுடிகிறது. முன்பு கார்களில் அலுவலகங்களுக்குச் சென்றவர்கள் இப்போது தரமான சேவையை BRTS கொடுப்பதால், பேருந்துகளைப் பயன்படுத்த ஆரம்பித்துள்ளனர். இதனால், கார்களால் ஏற்படும் வாகன நெருக்கடியும் குறைந்துள்ளது. பெட்ரோல் எரிபொருளால் உருவாகும் மாசும் சற்றுக் குறைந்துள்ளது.

BRTS பஸ்கள் போகும் வழியில் வி.ஐ.பி வண்டிகள் மட்டுமல்ல, ஆம்புலன்ஸ்கூடச் செல்ல அனுமதிக்கப்படுவதில்லை. ஏன் முதல்வரின் கார்கூடச் செல்ல அனுமதிக்கப்படுவதில்லை. வேறு வண்டிகள் இந்த பாதையில் நுழைவதைத் தடுக்க மட்டும், 250 காவலர்கள் பணி அமர்த்தப்பட்டுள்ளனர்.

BRTS பேருந்துகள் அனைத்தும் தானாகத் திறந்து மூடும் கதவுகளைக் கொண்டுள்ளதால், பயணிகளின் பாதுகாப்பு உறுதி செய்யப்படுவதோடு நேரமிழப்பு தவிர்க்கப்படுகிறது. அடுத்து வரும் பேருந்து நிலையம், குஜராத்தி, இந்தி மற்றும் ஆங்கில மொழிகளில் அறிவிக்கப்படுவதால், பயணிகள் பஸ் நிறுத்தத் துக்கு முன்பாகவே இறங்குவதற்குத் தயாராகிக்கொள்கிறார்கள்.

இந்தத் திட்டத்தின் வெற்றி நாடு முழுவதும் மட்டுமல்ல, உலக அளவிலும் பல பாராட்டுகளைப் பெற்றுள்ளது. இது என்றும் நிலைத்திருக்கும் போக்குவரத்துக்கான 2010-ம் ஆண்டு பன்னாட்டு விருதையும் வென்றுள்ளது.

2013-ல் ஜெனீவாவில் நடைபெற்ற நகர்ப்புற போக்குவரத்துக் கான பன்னாட்டு அமைப்பான UITP (International Association of Public Transport) இரண்டு விருதுகளை BRTSக்கு வழங்கி யுள்ளது. ஒன்று சிறந்த வடிவமைப்புக்கு. மற்றொன்று அரசின் பொறுப்புணர்வுக்கு (Political Commitment Award).

இந்தத் திட்டத்தின் ஆரம்பத்திலிருந்தே, காந்தி நகரில் உள்ள CEPT பல்கலைக்கழகம் பல்வேறு வகைகளில் ஈடுபட்டு வெற்றிக்கு உறுதுணை புரிந்துள்ளது.

மாசுக் குறியீட்டில் அகமதாபாத்

வாகனங்களால் ஏற்படும் மாசுக் குறியீட்டில் நாட்டின் முன்னணியில் அகமதாபாத் நெடுங்காலமாக இருந்தது. அதாவது, அகமதாபாத் நகரம் வாழ்வதற்கு ஏற்ற நகரமே அல்ல என்ற நிலை. அந்த நிலையை மாற்றப் பல கூட்டு நடவடிக்கைகள் மேற்கொள்ளப்பட்டன.

முதலில் நகரத்தில் உள்ள சுமார் 35 ஆயிரத்துக்கும் மேற்பட்ட ஆட்டோக்கள், பெட்ரோலிலிருந்து, சுற்றுச்சூழலுக்கு கேடு விளைவிக்காத இயற்கை எரிவாயுவுக்கு (சி.என்.ஜி) மாற்றப்பட்டன. அதனைத் தொடர்ந்து அகமதாபாத்தில் உள்ள அனைத்து அரசுப் பேருந்துகளும் சி.என்.ஜிக்கு மாறின.

இதனால் 2003-ம் ஆண்டு, நாட்டிலேயே மூன்றாவது மாசுபட்ட நகரமாகக் கருதப்பட்ட அகமதாபாத், வெறும் ஏழு ஆண்டுகளுக்குள் (அதாவது 2009-ம் ஆண்டில்) மாசு வெகுவாகக் குறைந்து 66-ம் இடத்துக்குச் சென்றுவிட்டது.

மரங்களின் கணக்கெடுப்பு

மக்கள் கூட்டத்தோடு போட்டி போட முடியாமல், பெரும்பாலான இந்திய நகர்ப்புறங்களில் மரங்கள் அருகி வருகின்றன. வேண்டாத விருந்தாளியைப் போன்று அவை சரியாகப் பேணிப் பாதுகாக்கப்படுவதில்லை.

நகர்ப்புறங்களில் அதிக மரங்கள் இருந்தால் சுத்தமான காற்று கிடைக்கும். மக்களின் மன இறுக்கம் குறையும் என்பதெல்லாம் அனைவருக்கும் தெரிந்த விஷயங்களே. ஆனாலும் பணத்தில் மட்டுமே குறியாக உள்ள வீடு கட்டுபவர்கள், தாம் கட்டும் கூட்டுக் குடியிருப்புகளில் ஒரு மரத்தைக் கூட நடுவதற்குத் தயாராக இல்லை.

தொழிற்சாலைகள், அவர்கள் வெளியேற்றும் மாசுக்கு இணையாக மரங்களை நடுவதற்குத் தயக்கம் காட்டுகின்றன.

அரசுக்கோ, ஆயிரத்தி எட்டு பிரச்னைகளில் இதுவும் ஒன்று! இதற்குக் கவனம் செலுத்த நேரம் எங்கே இருக்கிறது?

அது சரி, முதலில் உங்கள் நகரத்தில் எத்தனை மரங்கள் இருக்கின்றன என்ற விவரமாவது உங்களுக்குத் தெரியுமா?

பத்தாண்டுகளுக்கு ஒரு முறை மக்கள் தொகை கணக்கெடுக்கப் படுகிறது. அதன் மூலம், தேவையான திட்டங்களைத் தீட்ட முடிகிறது.

மரங்களையும் இயற்கை வளங்களையும் வளர்க்கவேண்டும் என்ற அடிப்படை எண்ணம் இருந்தால்தானே மரத்தொகைக் கணக்கெடுப்பு அவசியம்?

இங்கேயும் மோடி அரசு, இந்தியாவுக்கு வழி காட்டுகிறது.

நகர்ப்புறங்களில் உள்ள மரங்களை, குறிப்பிட்ட கால இடை வெளியில் கணக்கிடுவது அமெரிக்கா போன்ற வளர்ந்த நாடு களில் பழக்கத்தில் உள்ளது. இதனால், நகரின் இயற்கைச் சூழல், பலதரப்பட்ட மரங்களின் எண்ணிக்கை போன்றவற்றை அறிந்து கொள்ள முடிகிறது. இதன்மூலம், எங்கெங்கு என்னென்ன மரங்களை நட்டு வளர்க்கவேண்டும், வேறு ஏதாவது பூங்கா போன்ற முன்னேற்ற நடவடிக்கைகளை மேற்கொள்ள வேண்டுமா போன்றவை கண்டறியப்பட்டு, தேவையான நடவடிக்கைகள் முடுக்கிவிடப்படுகின்றன.

இந்தியாவில், தமிழ்நாட்டுக்கும் மகாராஷ்டிராவுக்கும் அடுத்த படியாக, குஜராத்தில்தான் நகர்மயமாதல் வேகமாக நடை பெற்று வருகிறது. குஜராத்தில் 2011 மக்கள் தொகைக் கணக்குப் படி 42.6 சதவீத மக்கள் நகர்ப்புறங்களில் வாழ்ந்து வருகின்றனர்.

மரங்களின் அவசியத்தைப் புரிந்துகொண்ட குஜராத் அரசு 2010-11-ம் ஆண்டில் நகர்ப்புறங்களில் காணப்படும் மரங்களைக் கணக்கிடும் பணியை ஆரம்பித்தது. இதன் விளைவாக, குஜராத் மாநிலத்தில் உள்ள பெரு நகரங்கள் மற்றும் நகரங்களில் உள்ள மரங்களின் எண்ணிக்கை கிடைத்தது.

உலகிலேயே அமெரிக்காவின் அட்லாண்டா நகரத்தில்தான் அதிக மரங்கள் உள்ளன. அதற்கு இணையாக குஜராத்தின் தலைநகரான காந்தி நகரில் 53.9 சதவீதப் பகுதி பசுமையால் போர்த்தப்பட்டுள்ளது.

இந்தக் கணக்கெடுப்பிபில் வனத்துறை ஊழியர்களோடு தன் னார்வ அமைப்புகளும் பள்ளி மாணவர்களும் கலந்துகொண் டனர். இந்த மாபெரும் இயக்கமானது சுமார் ஓராண்டுக்கும் மேலாக அவர்களின் தினப்பணிகளுக்கு இடையே நடந்தது.

பள்ளி மாணவர்கள் பெரும்பாலும் அவர்களின் பள்ளியில் உள்ள மரங்களைக் கணக்கெடுப்பதில் கலந்துகொண்டனர். மரக் கணக்கெடுப்பின்போது, வேப்ப மரமா, அரச மரமா போன்ற மரங்களின் விவரங்களையும் சேகரித்தனர். வளர்ந்த மரங்கள் மட்டுமே கணக்கில் எடுத்துக்கொள்ளப்பட்டன.

இந்தக் கணக்கெடுப்பின் பயனாக இப்போது குஜராத் அரசின் கையில், எந்தெந்த மாநகரங்களில், நகரங்களில் எத்தனை எத்தனை மரங்கள் உள்ளன, என்னென்ன வகையான மரங்கள் என்ற தகவல் முழுமையாக உள்ளது. மரங்களின் எண்ணிக்கை அடிப்படையிலான வரிசைப்பட்டியலும் தயாராக உள்ளது.

இதனால், எந்தெந்த நகரங்களில் உடனடியாக மரங்களின் எண்ணிக்கையை உயர்த்துவதற்கான நடவடிக்கைகளை முடுக்கி விடவேண்டும் என்று திட்டமிட முடிகிறது.

பொதுவாக, 10 லட்சத்துக்கும் அதிகமாக மக்கள் தொகை உள்ள நகரங்களில் குறைந்தது 15 சதவீத நிலப்பரப்பு மரங்களால் நிரப்பப்பட்டிருக்கவேண்டும் என்ற கொள்கை உலக அளவில் உள்ளது. அதன் மூலம், மனிதர்கள் குறைந்தபட்சம் சுகாதாரமாக வாழ்வதை உறுதிப்படுத்த முடியும்.

இவ்வளவு மரங்களைத் தனியார் மட்டும் நட்டுவிட முடியாது. கண்டிப்பாக அரசின் வழிகாட்டுதலும் நடவடிக்கைகளும் அவசியம். இதற்கு பணம் மிக அடிப்படை அவசியம்.

வளர்ந்த நாடுகள் தேவையான பணத்தைத் தங்கள் பட்ஜெட்டில் ஒதுக்குகின்றன. உதாரணமாக, ஆஸ்திரேலியாவின் மெல்பர்ன் நகரம் சுமார் 6.5 சதவீத பட்ஜெட்டை இதற்காக என்றே ஒதுக்குகிறது.

மரத்தொகைக் கணக்கெடுப்புக்கு பின், மோடி அரசு, அனைத்து மாநகரங்களும் நகரங்களும் தங்கள் வருடாந்திர பட்ஜெட்டில் குறைந்தது 6 சதவீதத்தை மரம் நடுவதற்கும் மரங்களைப் பேணிப் பாதுகாக்கவும் ஒதுக்கவேண்டும் என்று அறிவுறுத்தி யுள்ளது. குஜராத் தொழில் வளர்ச்சிக் கழகமும் (GIDC) இதைப் போன்ற வழிகாட்டுதல்களை வெளியிட்டுள்ளது.

வன மகோஸ்தவ், நகர்ப்புறப் பசுமைத் திட்டம், பஞ்சவடி, ஸ்மிரிதி வனம், ஆக்சிஜன் பூங்கா, பசுமைக் காப்பு போன்ற

இயக்கங்கள் குஜராத் நகரங்களைப் பசுமையாக்குவதற்காக என்றே நடைபெற்று வருகின்றன.

நேஷனல் இன்ஸ்டியூட் ஆப் என்விரான்மெண்ட் ஸ்டடீஸ் (National Institute of Environment Studies (NIES)), நாட்டில் உள்ள முக்கிய மாநகரங்களில் மரங்கள் மற்றும் காடுகளின் பரப்பின் அடிப்படையில் ஒரு பட்டியலை வெளியிட்டுள்ளது. அதனைப் பாருங்கள்.

கல்கத்தா	:	1 சதவீதத்துக்கும் குறைவு
பெங்களூர்	:	8.6 சதவீதம்
தில்லி	:	11.6 சதவீதம்
மும்பை	:	6.2 சதவீதம்
சென்னை	:	7.5 சதவீதம்

ஏன், மாநில அரசுகள் குஜராத்தைப் பின்பற்றித் தங்கள் மாநகரம், நகரங்களின் மரத்தொகையைக் கணக்கிட முயற்சி செய்யக் கூடாது?

சாலைகள்

மற்ற மாநிலங்களைப் போன்று குஜராத்தில் எல்லாச் சாலைகளும் மாநிலத் தலைநகரான காந்தி நகரை நோக்கி மட்டுமே செல்லவில்லை.

இருப்பினும், குஜராத் சாலைகள் எப்படி உலக வங்கி நிர்ணயித்த தரத்தையும் மிஞ்சி நிற்கின்றன?

பொதுவாக, மாநிலத்தின் வழியே செல்லும் தேசிய நெடுஞ் சாலைகள் வேண்டுமானால் ஓரளவுக்கு நன்றாக இருக்கலாம். மத்திய அரசு நிதி இருப்பதால் அது சாத்தியமாக வாய்ப்பிருக் கிறது.

ஆனால், மாநில நெடுஞ்சாலைகளும் கிராமப் பஞ்சாயத்து சாலைகளும்கூட மிக விசாலமாக இருப்பதோடு, தொடர்ந்து சிறப்பாகப் பராமரிக்கப்படுகிறதே, அது எவ்வாறு? பணம் எங்கிருந்து வருகிறது?

தரமான சாலை இருந்தால்தான் வேகமாகப் பயணிக்க முடியும். வேகமாகப் பயணித்தால்தான் நேரம் மிச்சமாகும். நேரம்

மிச்சமானால்தான் அதனை வேறு பணிகளுக்குப் பயன்படுத்த முடியும். எரிபொருளும் வீணாகாது. வாகனப் பராமரிப்புச் செலவும் குறையும்.

விவசாயிகளுக்கோ தங்களின் விளைபொருட்களைக் குறிப்பிட்ட இடத்துக்குக் குறிப்பிட்ட நேரத்தில் கொண்டுசெல்ல முடியும்.

நோயாளிகள், குறித்த நேரத்தில் மருத்துவரை அணுகி சிகிச்சை பெறலாம்.

நரேந்திர மோடி, 2001-ம் ஆண்டிலேயே குஜராத்தின் ஓர் எல்லையிலிருந்து மறு எல்லைக்கு சாலை வழியாக ஐந்து அல்லது ஆறு மணி நேரத்தில் சென்றடைய வேண்டும் என்ற தனது கனவை வெளிப்படுத்தினார்.

எல்லாத் திட்டங்களையும் சாதாரணப் பொது மக்களின் நன்மைக்காகத் தீட்டும் குறிக்கோளோடு செயல்படும் மோடி அரசு, சாலை விஷயத்திலும் அதே கொள்கையைக் கடைப் பிடிக்கத் தவறவில்லை.

சாலைகளுக்கான ஆண்டு ஒதுக்கீடு 1995-96-ல் வெறும் 4.9 சதவீதமாக (சுமார் 1,300 கோடி ரூபாய்) இருந்தது. அது 2010-11-ல் 9.3 சதவீதமாக (சுமார் ரூ. 27,500 கோடி ரூபாயாக) உயர்ந்துள்ளது.

தனியாரோடு சேர்ந்து திட்டங்களைச் செயல்படுத்துவதுகூட குஜராத்தின் வெற்றிக்கு ஒரு காரணம்.

இப்போது பெரும்பாலும் எல்லாத் திட்டங்களுமே தனியார் பங்களிப்போடுதான் நடைபெறுகிறது. சாலை நெட்வொர்க்கு களைச் சிறப்பாகத் திட்டமிடுவதால், எல்லாச் சாலைகளும் பயண நேரத்தை வெகுவாக குறைப்பதற்குப் பயன்படுவதோடு அனைத்து மக்களுக்கும் பரவலான சாலை வசதி கிடைத்திருக் கிறது. இவை மிகச் சிறப்பாகத் திட்டமிடப்பட்டு, வீண் செலவு கள் கடுமையாகக் குறைக்கப்பட்டுள்ளன. 2001-07 வரை உலக வங்கியின் உதவியோடு செயல்படுத்தப்பட்ட திட்டங்களில் சுமார் 23 சதவீதம் அளவு பணம் மிச்சப்படுத்தப்பட்டுள்ளது.

சாலை வடிவமைப்பில், 80:20 கொள்கையை குஜராத் அரசு கடைப்பிடித்தது. 80 சதவீத மக்கள் 20 சதவீத சாலைகளில் பயணிக்கிறார்கள். அப்படியானால் இந்த 20 சதவீதச் சாலைகள் எவ்வளவு விசாலமாக இருக்கவேண்டும், எவ்வளவு நன்றாகப்

பராமரிக்கப்படவேண்டும்? இந்தக் கேள்விக்கான விடையே குஜராத்தின் சாலைகள்!

உள் மாநில விமானச் சேவைகள்

மாநிலத்தின் முக்கிய நகரங்களுக்கும் சுற்றுலாத் தலங்களுக்கும் விமான சேவைகள் இருந்தால், வெளிநாட்டுச் சுற்றுலாப் பயணிகளும் வெளிநாட்டு இந்தியர்களும் பணத்தைப் பற்றிக் கவலைப்படாமல், குறைந்த காலத்தில் நிறைய இடங்களைப் பார்க்க முடியும்.

எனவே, தரமான சாலைகளும் ரயில் பயண வசதிகளும் இருந்தபோதிலும் குஜராத்தில் உள் மாநில விமானச் சேவைகள் இல்லாத குறையைக் களைய மோடி அரசு பல முயற்சிகளை எடுத்தது.

குஜராத்தில் 1990-களில் அன்றைய டெக்கான் ஏர்வேய்ஸ் (கிங் பிஷர்), குஜராத் ஏர்வேய்ஸ் போன்ற தனியார் விமான நிறுவனங்கள், உள் மாநிலச் சேவைகளை தொடங்கிய சில மாதங்களுக்குள்ளாகவே, வரவேற்பு அதிகம் இல்லாததால் சேவையை நிறுத்திவிட்டன.

அதே நிலை மீண்டும் ஏற்படாதிருக்கவும் தனியார் விமான நிறுவனங்களை ஊக்குவிக்கவும், முதல் மூன்றாண்டுகளுக்கு வரிச்சலுகையையும் நஷ்டம் ஏற்படாமல் இருக்கத் தேவையான உதவிகளையும் வழங்க குஜராத் அரசு முடிவு செய்தது.

வெஞ்சுரா ஏவியேஷன், டெக்கான் சார்ட்டர்ஸ், மெகர் ஏர் சர்வீசஸ் போன்ற நிறுவனங்கள் இந்தச் சேவையை தொடங்க 2012-ல் குஜராத் அரசால் தேர்ந்தெடுக்கப்பட்டன.

இதில் டெக்கான் சார்ட்டர்ஸ், ஆகஸ்ட் மாதம் 2012-ல், தனது முதல் சேவையை அகமதாபாத்துக்கும் சூரத்துக்கும் இடையே தொடங்கியுள்ளது. விமானக் கட்டணம் ரூபாய் 4,000-5,500-க்குள் இருக்குமாறு, நிர்ணயிக்கப்பட்டுள்ளது.

அதிகரிக்கும் விமானப் பயணங்கள்

மோடியின் குஜராத்தில் ஏற்பட்டிருக்கும் வளர்ச்சியின் இன்னுமோர் அடையாளம், அகமதாபாத் விமான நிலையத்தில் காணப்படும் கூட்டம்.

அந்தக் கூட்டம் தொழில் சம்பந்தமாக குஜராத்துக்கு வந்தவர்களாக இருக்கலாம் அல்லது சுற்றுலாவுக்கு வந்தவர்களாக இருக்கலாம்.

1990-களின் மத்தியில் அகமதாபாத் விமான நிலையத்துக்கு வந்து போகும் விமானங்கள் ஒற்றை இலக்கத்தில்தான் இருந்தன. அப்படியானால் எத்தனை குறைவான பேர் பயணம் செய்திருப்பவர்கள் என்று பார்த்துக்கொள்ளுங்கள். இதில், அரசு உயரதிகாரிகள், ராணுவத்தினர், அரசியல்வாதிகள் என அனைவரும் அடக்கம்.

ஆனால், 2012-ல் அகமதாபாத்திலிருந்து தினமும் 100-க்கும் மேற்பட்ட விமானங்கள் பறக்கின்றன. மார்ச் 2012 ஆண்டு புள்ளிவிவரப்படி, அந்த மாதம் மொத்தம் 3,492 விமானங்கள் அகமதாபாத் விமான நிலையத்திலிருந்து பறந்தன.

2007-08-ம் ஆண்டு புள்ளிவிவரப்படி, சுமார் 7 லட்சம் வெளி நாட்டுப் பயணிகள் உட்பட சுமார் 25 லட்சம் பேர், அகமதாபாத் விமான நிலையம் வழியாகப் பயணம் செய்துள்ளனர். இது, மோடி ஆட்சிக்கு வந்தபோது (2002-03) இருந்ததைவிட 29 சதவீதம் அதிகம். 2012-2013 ம் ஆண்டு புள்ளிவிவரப்படி, 41,62,747 பேர் அகமதாபாத் விமான நிலையத்தைத் தங்கள் பயணத்துக்குப் பயன்படுத்தியுள்ளனர்.

விமான நிலையங்கள்

குஜராத் மாநிலத்தில் 19 விமான நிலையங்கள் இருக்கும் போதும், தனியார் பங்களிப்புடன் மேலும் சில புதிய விமான நிலையங்களை உருவாக்க அரசு முயன்றுவருகிறது.

இதற்காக குஜராத் அரசு விமானத்துறைக் கொள்கையை அறிமுகப்படுத்தியுள்ளது.

பெரும்பாலும் மாநிலத்தின் அனைத்து மாவட்டங்களிலும் ஹெலிகாப்டர்கள் இறங்க ஹெலிபேட் இருக்கின்றன. அடுத்து, அனைத்து தாலுகாக்களிலும் ஹெலிகாப்டர் இறங்கும் தளம் அமைக்க மோடி அரசு முனைப்பு காட்டி வருகிறது.

விமானத்துறைக்குத் தேவையான கட்டமைப்பு வசதிகளை உருவாக்க, 2010-ம் ஆண்டு மோடி அரசு, குஜராத் மாநில விமான கம்பெனி என்ற நிறுவனத்தை ஆரம்பித்துள்ளது. இந்த

கம்பெனியில் திறமையான, தகுதியான அரசு உயரதிகாரிகள் இயக்குநர்களாக உள்ளனர்.

வைப்ரண்ட் குஜராத் நிகழ்ச்சியின்போது (உலக முதலீட்டாளர்கள் மாநாடு) விமானத்துறையில் கணிசமான முதலீடுகளை குஜராத் அரசு பெற்றது. 2009 ஆண்டு வரை சுமார் 13,000 கோடி ரூபாய் அளவுக்கு முதலீட்டு ஒப்பந்தங்கள் கையெழுத்தாகி, திட்டங்கள் வெவ்வேறு நிலைகளில் செயல்படுத்தப்பட்டு வருகின்றன.

குஜராத்துக்குப் படையெடுக்கும் சுற்றுலாப் பயணிகள்

நரேந்திர மோடி ஆட்சிக்கு வந்தபோது, 2002-03 ஆண்டுக் கணக்குப்படி, அந்த மாநிலத்துக்குச் செல்லும் சுற்றுலாப் பயணிகளின் (உள் மாநிலம், பிற மாநிலம், பிற நாடுகளை சார்ந்தவர்கள்) எண்ணிக்கை 61,65,217. வெறும் 10 ஆண்டுகளில் (2011-12), சுற்றுலாப் பயணிகளின் எண்ணிக்கை, 2,23,54,665 பேராக, மூன்றரை மடங்கு உயர்ந்துள்ளது.

ஜூலை, 2013 புள்ளிவிவரப்படி, கடந்த இரண்டு ஆண்டுகளில் மட்டும் சுற்றுலா பயணிகளின் எண்ணிக்கை சுமார் 54 லட்சம் உயர்ந்துள்ளது.

இந்த மைல்கல், மிகத் தெளிவான, ஆழமான திட்டமிடலோடு கூடிய கடின உழைப்பால் உருவானதாகத்தான் கருத முடியும்.

சாலைகள், தங்கும் விடுதிகள், பாதுகாப்பு வசதிகள் போன்ற அடிப்படை வசதிகள் இல்லை என்றால், சுற்றுலாப் பயணிகளை ஈர்ப்பது இயலாமல் போய்விடும்.

குஜராத்தின் மொத்த வளர்ச்சியின் ஓர் அடையாளமாகக்கூட சுற்றுலா பயணிகளின் வருகையின் அதிகரிப்பைக் கருதலாம்.

குஜராத் அரசு 2003-ம் ஆண்டு தனது சுற்றுலாக் கொள்கையைக் கொண்டு வந்தது. அந்த மாநிலத்தில் புதைந்து கிடக்கும் அபரிமிதமான அழகை வெளிக்கொணர்வதோடு, அந்த பூமியில் டைனோசர்கள் வாழ்ந்த கதை, கடல் கொண்டுபோன கிருஷ்ணரின் துவாரகை நகரம், அந்நியப் படையெடுப்புகளை எதிர்கொண்டு மீண்டெழுந்த சோமநாதபுரம் கோவில், மாநிலத்தில் பல இடங்களில் விரவிக்கிடக்கும் சிந்து-சரசுவதி

நகர நாகரிகத்தின் புதையுண்ட நகரங்கள் போன்ற வரலாறுகளை உலகுக்கு எடுத்துரைக்கச் சூளுரைத்தது.

சுற்றுலா வளர்ச்சிகூட ஒரு வகையில் பொருளாதார வளர்ச்சியை மேம்படுத்த உதவும் என்ற நோக்கத்தோடு, பல்வேறு திட்டங்களை, தனியாரின் பங்களிப்போடு மேற்கொள்ள சுற்றுலாக் கொள்கை அறிவுறுத்தியது. அதன் ஒருபடிதான், இந்தி சினிமா சூப்பர் ஸ்டார் அமிதாப் பச்சனை, குஜராத்தின் சுற்றுலாத் தூதுவராக அறிவித்து, அவரைக் கொண்டு இந்தியா மட்டுமின்றி உலக சுற்றுலாப் பயணிகளையும் குஜராத்தை நோக்கிப் படையெடுக்கச் செய்தது.

அக்கொள்கை, சுற்றுலாதான் குஜராத் மாநில வளர்ச்சியின் எஞ்சின் என்று பிரகடனம் செய்தது. குஜராத் கட்டமைப்பு மேம்பாட்டு கழகம், சுற்றுலாத் தலங்களை மேம்படுத்துவதற்குத் தேவையான கட்டமைப்புகளை உருவாக்குவதற்கு உதவும் என்று முடிவு செய்யப்பட்டது.

இந்தச் சுற்றுலாக் கொள்கையின் முக்கிய அம்சமாக, சிறப்புப் பொருளாதார மண்டலங்கள் மற்றும் தொழிற்பேட்டைகளில் கூட, சுற்றுலா சம்பந்தப்பட்ட அம்சங்களான ஹோட்டல்கள், தங்கும் விடுதிகள் போன்றவற்றை அமைப்பதற்கு இடம் ஒதுக்கப்படுகிறது.

சுற்றுலாத் துறையில் பன்னாட்டு முதலீட்டாளர்கள் முதலீடு செய்வதற்கு ஏதுவாகப் பல எளிய வழிமுறைகளை இந்தச் சுற்றுலாக் கொள்கை வழங்கியுள்ளது.

சுற்றுலாத் துறையில் 10 லட்ச ரூபாய் முதலீடு நடந்தால், நேரடியாகவோ, மறைமுகமாகவோ 90 வேலைவாய்ப்புகள் உருவாகும் என்று சில ஆராய்ச்சிகள் தெரிவிக்கின்றன.

இதை எப்படி அடைவது?

கட்டமைப்பு வசதிகளை மேம்படுத்துவது, சுற்றுலா சம்பந்தப்பட்ட கல்வி நிறுவனங்களை நிறுவி, தேவையான மனித வளங்களை உருவாக்குவது, சுற்றுலாப் பயணிகளைக் கவரப் பல்வேறு நிகழ்ச்சிகளை மாநிலத்திலும், இந்தியாவிலும், வெளிநாடுகளிலும் நடத்துவது என்று பல நிகழ்ச்சி நிரல்கள் உருவாக்கப்பட்டுள்ளன.

குஜராத் அரசு, சுற்றுலாவையும் ஒரு தொழிலாகக் கருதுகிறது. என்வே அத்துறைக்கும் தொழிற்துறைக்கு வழங்கப்படும் அனைத்து முன்னுரிமைகளும் வழங்கப்படுகிறது. முதல் 5 முதல் 10 ஆண்டுகளுக்கு வரி விலக்கு, முதலீட்டின் அளவுக்குத் தக்கவாறு பல்வேறு சலுகைகள் ஆகியன தரப்படுகின்றன.

மற்ற தொழில்துறைகளைப் போன்று சுற்றுலாத் துறைக்கும் நிலம் மிக அவசியம். தனியார்கள் சிறப்பான திட்டத்தைக் கொண்டுவந்தால் அதனை அரசின் நிலத்தில்கூடக் கட்டலாம். திட்டத்தின் தன்மையைப் பொருத்து, அரசு தேவையான ஏற்பாடுகளைச் செய்யும். வேண்டுமென்றால் நிலத்தை நீண்ட காலக் குத்தகைக்குக் கொடுக்கும்.

விழாக்களின் அடிப்படையில் சுற்றுலா

விழாக்களின் அடிப்படையில் சுற்றுலாவைப் பெருக்குவது என்பது குஜராத் அரசின் ஒரு புது உத்தி ஆகும். நவராத்திரி, சோமநாதபுரம் திருவிழா, துவாரகைத் திருவிழா, கட்ச் திருவிழா, பட்டம் விடும் திருவிழா போன்ற பல திருவிழாக் களின் அடிப்படையில், உள் நாட்டில் மட்டுமின்றி, வெளி நாடுகளிலும் பல்வேறு விளம்பரங்கள் செய்யப்படுகின்றன. இதன்மூலம் குஜராத்தின் கலாசாரத்தைப் பிரபலப்படுத்து வதோடு, சுற்றுலாப் பயணிகளையும் ஈர்க்க முடிகிறது.

மாநிலங்களுடன் ஒப்பந்தம்

பொதுவாக வெளிநாட்டு வாழ் இந்தியர்கள் இந்தியாவில் சுற்றுலா வரும் பகுதிகளுக்குச் சென்று, அவர்களிடம் குஜராத் தின் சுற்றுலாப் பகுதிகளைப் பற்றிய விழிப்புணர்வை ஏற்படுத்தி, குஜராத்தில் சுற்றுலா செல்லத் தேவையான ஏற்பாடுகளைச் செய்துகொடுத்தால், குஜராத் சுற்றுலாத் துறை பெரும் வளர்ச்சி அடையும் என்று மோடியின் அரசு நம்பியது.

இதற்காக, சுற்றுலாப் பயணிகள் அதிகமாகப் பார்வையிடும் மாநிலங்களோடு குஜராத் ஒப்பந்தம் செய்துகொண்டது. ராஜஸ் தான், பஞ்சாப், கர்நாடகா, கோவா போன்ற மாநிலங்களோடு இதுவரை ஒப்பந்தம் செய்யப்பட்டுள்ளது.

2010-ம் ஆண்டு புள்ளிவிவரப்படி, சுமார் 20 முதல் 22 சதவீதம் சுற்றுலாப் பயணிகள், இவ்வாறு மேற்கண்ட மாநிலங்களில்

நடக்கும் விளம்பரச் செயல்கள் காரணமாக குஜராத்துக்குச் சுற்றுலா வருகின்றனர்.

மருத்துவச் சுற்றுலா

தரமான மருத்துவ வசதிகளைக் குறைந்த செலவில் பெறுவதற்கு பல நாடுகளிலிருந்தும் இந்தியாவுக்குச் சுற்றுலாப் பயணிகள் வருகின்றனர்.

2009-ம் ஆண்டு புள்ளிவிவரப்படி, சுமார் நான்கரை லட்சம் பேர் மருத்துவச் சுற்றுலாவுக்காக குஜராத் வந்துள்ளனர். மருத்துவச் சுற்றுலாவை ஊக்குவிக்க, மோடியின் அரசு சிறப்புக் கொள்கை களை வகுத்துள்ளது.

மருத்துவச் சுற்றுலாவுக்கு அடிப்படை, தரமான மருத்துவர்கள், உலகத்தரம் வாய்ந்த மருத்துவமனைகள் போன்றவை. இவற் றோடு, உலகத்தரம் வாய்ந்த ஹோட்டல்களும் மிக முக்கியம்.

இதனை மனத்தில் கொண்டு மோடி அரசு, மருத்துவமனை களையும் ஹோட்டல்களையும் 70 மீட்டர் (22 மாடி வரை) உயரம்வரை கட்டுவதற்கு அனுமதித்துள்ளது. முன்பெல்லாம், 40 மீட்டர் (12 மாடி வரை) மட்டுமே கட்டட உயரம் அனுமதிக்கப் பட்டிருந்தது. இப்போதைய மாற்றம் மூலம், குறைந்த செலவில் அதிக அறைகளைக் கட்ட முடிவதோடு, அவற்றை நடத்தும் தனியார் நிறுவனங்கள் சீக்கிரமாக லாபத்தை ஈட்ட முடிகிறது.

மருத்துவச் சுற்றுலா மூலம் வருமானம் பெறுவதோடு, நோயாளி யுடன் வருபவர்கள் மாநிலத்தின் சுற்றுலாத் தலங்களுக்குச் செல்வதால், சுற்றுலாத் துறையும் வளர்கிறது.

மாநிலத்தில் பெருகி வரும் மருத்துவக் கல்லூரிகள் மற்றும் பாராமெடிக்கல் கல்லூரிகளின் எண்ணிக்கை, குஜராத் அரசு இதனை எவ்வளவு தீவிரமாக அடைய முயல்கிறது என்பதை அறிவதற்கு உதவும். 2012-ல் மட்டும் புதிதாக மூன்று மருத்துவக் கல்லூரிகளும் ஒரு பல் மருத்துவ கல்லூரியும் குஜராத்தில் தொடங்கப்பட்டுள்ளது.

குஜராத் ஆதானி இன்ஸ்டிட்யூட் ஆப் மெடிக்கல் சயன்ஸ் (Gujarat Adani Institute of Medical Science) போன்ற தனியார் மருத்துவக் கல்லூரிகளும் குஜராத்தில் தொடங்கப்படுகின்றன.

★

நகரம் என்றாலே நெருக்கம் நிறைந்ததாக, வாழ வசதிகள் குறைந்ததாக, ஓரிடத்திலிருந்து இன்னோர் இடத்துக்குச் செல்லக் கடுமையான நேரம் ஆகக்கூடியதாக, ஆனாலும் வேலை வாய்ப்பு காரணமாக அனைவரும் வந்து சேரும் இடமாகவே பார்க்கப்பட்டு வந்துள்ளது. ஆனால் மோடியின் குஜராத், நகரங்களும் வாழக் கூடிய தரத்திலாக, நல்ல நதி ஓடக்கூடியதாக, மரங்கள் அடர்ந்ததாக, வசதியான பேருந்துச் சேவை இருக்கக்கூடிய தாகச் செய்ய முடியும் என்று காட்டியுள்ளது.

அதேபோல, மொத்த மாநிலத்திலும் உள்கட்டமைப்பு வசதி களை அதிகரிப்பது, சுற்றுலாவுக்கு ஏற்ற இடமாக மாநிலத்தை மாற்றுவது என்று பல முயற்சிகளிலும் மோடி அரசு இறங்கி யுள்ளது. சில மாநிலங்கள், அவற்றின் பாரம்பரியம் பெருமை, அம்மாநிலத்தில் இருக்கும் நூற்றாண்டுகள் பழமையான கோவில்கள், கட்டடங்கள், காடுகள், கடற்கரைகள் ஆகியவை காரணமாக இயல்பாகவே சுற்றுலாப் பயணிகளை ஈர்க்கின்றன. அப்படிப்பட்ட இயற்கையான நிலை இல்லாத நிலையில், மோடியின் குஜராத், அதிக முயற்சி செய்தால்தான் தம் மாநிலத் தாலும் இதனைச் சாதிக்க முடியும் என்பதைப் புரிந்துகொண்டு அதற்கு ஏற்ப நடந்துகொள்கிறது.

8

தொழில் வளர்ச்சி

துடிப்பான குஜராத்

உலகம் முழுவதும் பரவிக் கிடக்கும் அயல் நாடு வாழ் இந்தியர்கள், குறிப்பாக குஜராத்திகள், அந்தந்த நாடுகளில் தொழில்களை நடத்தி வருவதோடு, இந்தியாவில் உள்ள தொழில்களிலும் முதலீடு செய்வதற்குத் தயாராக இருப்பதை நரேந்திர மோடி புரிந்துகொண்டார்.

குஜராத்தில் அடிப்படைக் கட்டமைப்புகளைச் சீராக்க உறுதி/யான பல நடவடிக்கைகளைத் துரிதப்படுத்திக்கொண்டிருந்தகையோடு, மாநில முன்னேற்றத்துக்குத் தொழில் வளங்களைப் பெருக்க முடிவு செய்தார்.

முதலீட்டாளர்கள் மாநாடு

அதன் அடிப்படையில், 2003-ல் உலக முதலீட்டாளர்களின் மாநாட்டை குஜராத்தில் கூட்டினார். இந்த மாநாடு இந்திய அரசு மற்றும் தொழிற் கூட்டமைப்புகளான FICCI, CII, UNIDO ஆகிய அமைப்புகளுடன் சேர்ந்து நடத்தப்பட்டது.

இந்த மாநாட்டில் இந்தியா மற்றும் குஜராத்தின் வலிமைகளை விளக்கி, மாநாட்டுப் பிரதிநிதிகள் எந்தெந்தத் துறைகளில் முதலீடு செய்யலாம் போன்ற அறிவுரைகள் வழங்கப்பட்டன.

அந்த மாநாட்டில் இந்தியாவின் தொழிற்துறை ஜாம்பவான்கள் பலரும் கலந்துகொண்டனர்.

முடிவில், குஜராத்திலும் மற்ற இந்திய மாநிலங்களிலும் தொழில் தொடங்க சுமார் 75 ஒப்பந்தங்கள் கையெழுத்தாகின. அவற்றின் மதிப்பு சுமார் 6,500 கோடி ரூபாயாக இருந்தது.

அந்த மாநாட்டின் வெற்றியைத் தொடர்ந்து, இரண்டாண்டுகளுக்கு ஒருமுறை இத்தகைய உலக முதலீட்டாளர்கள் மாநாட்டை குஜராத்தில் நடத்தத் திட்டமிடப்பட்டது.

2011-ம் ஆண்டு நடைபெற்ற மாநாட்டில் 101 நாடுகளும் 19 இந்திய மாநிலங்களும் பங்கேற்றன. 35,000 பிரதிநிதிகள் கலந்து கொண்டனர். 7,936 ஒப்பந்தங்கள் கையெழுத்தாகின. அவற்றின் மதிப்பு சுமார் 20.83 லட்சம் கோடி ரூபாய்! இதனால், சுமார் 52 லட்சம் வேலை வாய்ப்புகள் உருவாக வாய்ப்புள்ளது.

குஜராத்தை மையமாகக் கொண்டு ஆரம்பிக்கப்பட்ட இந்த மாநாட்டு முயற்சியில், இப்போது பெரும்பாலும் எல்லா மாநில அரசுகளும் கலந்துகொள்வதோடு, தங்கள் மாநில வலிமைகளை விளக்கி, அவர்களும் முதலீடுகளைக் கவர்கின்றனர்.

ஒரு புதிய அறிகுறியாக ஜப்பானும் கனடாவும் இந்த மாநாட்டின் கூட்டாளி நாடுகளாகச் செயல்பட்டன.

2013-ல் நடந்த மாநாட்டில் சுமார் 40 லட்சம் கோடி மதிப்புள்ள 17,719 ஒப்பந்தங்கள் கையெழுத்தாகியுள்ளன. இது கடந்த மாநாட்டு முதலீட்டு ஒப்பந்த மதிப்பைவிட இருமடங்காகும். கனடா மிக அதிக அளவில் 200 பிரதிநிதிகளையும் ஜப்பான் 100 பிரதிநிதிகளையும் தங்கள் நாட்டின் சார்பில் அனுப்பிவைத்தனர்.

குஜராத்தான் இந்தியா

இப்போதெல்லாம் குஜராத்தான் இந்தியா என்று எண்ணும் அளவுக்கு, அது 'மாதிரி மாநிலம்' என்று உலக அரங்கில் கருதப்படுகிறது.

இதுவரை நடைபெற்ற 6 உலக முதலீட்டாளர்கள் மாநாடுகளில் சுமார் 80 லட்சம் கோடி ரூபாய்க்கும் அதிகமான முதலீட்டு ஒப்பந்தங்கள் கையெழுத்தாகியுள்ளன. இந்த ஒப்பந்தங்கள், குஜராத் மட்டுமின்றி மற்ற மாநிலங்களையும் சென்றடைந்திருக்கின்றன.

விமர்சகர்கள், இந்த ஒப்பந்தங்களில் கால் பகுதிதான் உண்மையிலேயே செயல்படுத்தப்படுகிறது என்று

கூறுகிறார்கள். அவர்கள் வாதப்படியே பார்த்தால்கூட, சுமார் 20 லட்சம் கோடி ரூபாய்க்கும் அதிகமான முதலீடு இந்தியாவை நோக்கி வருவதற்கு மோடியின் இந்தப் புதிய முயற்சிதான் காரணம் என்பதை எவரும் எளிதில் மறுக்க முடியாது.

மோடியின் நேர்மை

நரேந்திர மோடி அரசின் லஞ்சம் லாவண்யம் அற்ற நேர்மையே உலக முதலீட்டாளர்கள் குஜராத்தில் முதலீடு செய்வதற்கு முக்கியக் காரணம். முதலீட்டாளர்களின் எண்ணிக்கை ஆண்டுக்கு ஆண்டு அதிகமாவது மோடியின்மீதான நம்பிக்கை வலுப்பெறுவதையே காட்டுகிறது.

டாடா நானோ உற்பத்தி மேற்கு வங்கத்தில் தத்தளித்துக் கொண்டிருந்தபோது, பாதுகாப்பான இடத்தை குஜராத்தில் கொடுத்து, திட்டமிட்டபடி நானோ காரை வெளிக்கொண்டு வர மோடியின் அரசு டாடாவுக்கு உதவியது.

தொழிலை விரிவுபடுத்தும் குழு (Industrial Extension Bureau - INDEXTB)

இந்தக் குழுவானது, குஜராத்துக்கு முதலீடு செய்ய வரும் அனைத்து முதலீட்டாளர்களுக்கும் ஓர் ஒற்றைச் சாளரமாகச் செயல்படுகிறது. முதலீட்டாளர்கள் எவ்விதச் சிரமும் இன்றி தொழில் தொடங்கத் தேவையான அனைத்து நடவடிக்கைகளை யும் இந்த அமைப்பைப் பொறுப்பேற்றுச் செய்து கொடுக்கிறது.

மேலும் இந்தக் குழு, குஜராத்தின் முதலீடு வாய்ப்புகளை உலகம் முழுதும் பிரசாரம் செய்வதோடு, எந்தெந்த நிறுவனங்கள் குஜராத்தில் முதலீடு செய்ய ஆர்வம் காட்டுகின்றன என்பதைக் கண்டறிந்து அவர்கள் எவ்விதச் சிரமமும் இன்றித் தொழில் தொடங்க அவர்களை ஊக்கப்படுத்துவதோடு, தேவையான ஏற்பாடுகளையும் செய்துகொடுக்கிறது.

தொழிற்பேட்டைகளும் நிலம் கையகப்படுத்தலும்

வேகமாகத் தொழில் முன்னேற்றம் ஏற்பட அதற்கு ஈடு கொடுக்கும் வகையில் நில ஒதுக்கீடு செய்வது மிக முக்கியம்.

பெரிய நிறுவனங்களுக்கு மட்டுமல்ல சிறு, குறு நிறுவனங் களுக்கும் தேவையான நிலங்களை, மிக வேகமாக எவ்விதப்

பிரச்னையும் இன்றி ஒதுக்கிக் கொடுத்தல் கூட, தொழில் முதலீடுகளை மாநிலத்துக்குக் கவர்ந்து இழுக்கும் முக்கியக் காரணிகளில் ஒன்று.

இந்தியாவிலேயே குஜராத் மாநிலம் மட்டும்தான் நிலம் கையகப்படுத்தலைக் கச்சிதமாக முடிப்பதில் சிறந்து விளங்குகிறது என்று சொல்லலாம். மற்ற மாநிலங்களை ஒப்பிடும்போது, இது சம்பந்தமாக எவ்விதப் பிரச்னையும் மோடி ஆட்சியின் போது நிகழவில்லை என்றே கூறலாம்.

இதற்கு முக்கியக் காரணம், மோடி அரசின் நிலக் கையகப்படுத்தல் கொள்கை என்றே கூறலாம். 2010-ல் உருவாக்கப்பட்ட 'புதிய தொழிற்பேட்டை உருவாக்கத்தில் பங்கெடுத்துக் கொள்ளும் கொள்கை' இதனை உறுதிப்படுத்துகிறது.

அப்படி அந்தக் கொள்கையில் என்னதான் குறிப்பிட்டிருக்கிறார்கள் என்பதைப் பார்ப்போம்.

இந்தக் கொள்கையின் அடிநாதமே, நில உரிமையாளர்கள் மற்றும் கிராம மக்களின் பங்களிப்போடு தொழிற்பேட்டைகளை உருவாக்குவது.

பிரச்னை எப்போது வெடிக்கிறது?

அந்தப் பகுதி மக்கள் பங்களிக்க முடியாத, நேரடியாகப் பயன் பெற முடியாத அல்லது அவர்கள் வாழ்வாதாரத்தை அழிக்கக் கூடிய வகையில் புதிய தொழிற்சாலைகளும் தொழிற்பேட்டைகளும் அவர்கள் நிலத்தை ஆக்கிரமிக்க முற்படும்போதுதான், அத்தகைய முயற்சிகளுக்கு எதிராகக் கிளர்ச்சிகள் எழுகின்றன.

அந்தப் பகுதி மக்களின் பங்களிப்போடு திட்டத்தைச் செயல்படுத்தினால், முதல் நாள் அன்றே பாதி கிணறைத் தாண்டிவிட்ட மாதிரிதான்!

குஜராத்தின் தொழிற்பேட்டை உருவாக்கக் கொள்கையில் (Participative Policy for Development of New Estates) கீழ்க் காணும் அம்சங்கள் இடம்பெற்றுள்ளன.

1. கையகப்படுத்தும் நிலத்துக்குத் தற்போதைய சந்தை மதிப்பு ஈட்டுத் தொகையாக வழங்கப்படுவதோடு, தொழிற்சாலைகளுக்கு வழங்கும் நிலத்தில் சிறு பகுதி, நில உரிமையாளரோடு பகிர்ந்துகொள்ளப்படும்.

2. இடைக்கால நிவாரணம் வழங்கப்படும்.

3. பழங்குடியினரின் நிலத்தைக் கையகப்படுத்தும்போது கூடுதலாகச் சிறப்பு நடவடிக்கைகள் மேற்கொள்ளப்படும்.

4. கையகப்படுத்தப்பட்ட நிலத்தின் ஒரு பகுதி, அந்தக் கிராமத்தின் முன்னேற்றப் பணிகளுக்குப் பயன்படுத்தப் படும்.

5. அப்பகுதி மக்களின் திறமையை வளர்த்தல் முக்கியமான தாகக் கருதப்படும்.

6. குஜராத் தொழில் வளர்ச்சி கழகம், நிலத்தைக் கையகப் படுத்தித் தொழில் நிறுவனங்களுக்கு வழங்கும் வேலையை மேற்கொள்ளும்.

7. தொழிற்பேட்டைக்குத் தேவையான நிலத்தை நில உரிமையாளர்களின் சம்மதத்தோடு மட்டுமே பெற்றுக் கொள்ளப்படும்.

8. ஏதாவது பெரிய கட்டுமானங்கள் ஏற்கெனவே உள்ள நிலங்கள் கையகப்படுத்தப்படாது.

9. சந்தை விலையைச் சுதந்தரமான அமைப்புகள் கண்டு பிடிக்கும் (பல்கலைக்கழகம் போன்ற அமைப்புகள் இதில் ஈடுபடும்). அவர்கள் கண்டறியும் விலை, நிலத்துக்கான ஈட்டுத் தொகையாக வழங்கப்படும்.

10. கையகப்படுத்திய நிலத்தை தொழிற்சாலைகளுக்கோ அல்லது வேறு எதற்காகவோ வழங்கும்போது கிடைக்கும் நிகர இலாபத்தில், 10 சதவீதம் நில உரிமையாளருடன் பகிர்ந்துகொள்ளப்படும்.

11. நில உரிமையாளரின் நிலம் கிராமத்தில் உள்ள பட்சத்தில் அவரது முழு நிலமுமே கையகப்படுத்தப்படும் சூழலில், அவரது வாழ்வாதாரம் முற்றிலுமாகத் தடைப்படும். இந்தச் சூழலில், அவருக்கு 750 வேலை நாளுக்கான விவசாயக் கூலி மேற்கொண்டு நிவாரணமாக வழங்கப்படும்.

12. அந்த விவசாயியின் பெரும்பாலான நிலம் கையகப்படுத்தப் பட்டு, மிகச் சொற்ப வருமானத்தை மட்டுமே எஞ்சியுள்ள நிலத்திலிருந்து அவரால் ஈட்ட முடியும் என்ற சூழலுக்குத் தள்ளப்படும்போது, அவருக்கு 500 வேலை நாட்களுக்கான விவசாயக் கூலி மேற்கொண்டு நிவாரணமாக வழங்கப் படும்.

13. தொழிற்பேட்டைக்கு நிலம் கையகப்படுத்தும்போது, மொத்த நில உரிமையாளர்களின் எண்ணிக்கையில் 50 சதவீதத்துக்கும் மேலாக மலைவாழ் மக்கள் இருந்தால், இந்தக் கையகப்படுத்தலால் அவர்களின் காடுகள் மீதான உரிமை மற்றும் காட்டுப்பொருட்களைப் பயன்படுத்த முடியாத சூழலுக்கு உள்ளானால், அவர்களுக்குக் கூடுதலாக, 500 வேலை நாட்களுக்கான குறைந்த பட்ச விவசாயக் கூலி, நிவாரணமாக வழங்கப்படும்.

14. பழங்குடியின நில உரிமையாளர்கள், நிலம் கையகப் படுத்தப்படுவதால் மாற்றிடங்களுக்குச் செல்லவேண்டிய சூழல் ஏற்படும்போது, கூடுமானவரை அவர்களின் இயற்கையான வாழ்விடங்களுக்கு அருகிலே, அவர்கள் கூட்டமாகச் சேர்ந்து வாழ்வதற்கு வழிவகை செய்யப்படும். இதனால், அவர்களது இன, மொழி மற்றும் கலாசார அடையாளங்கள் பாதுகாக்கப்படும்.

15. நிலம் கையகப்படுத்தப்பட்ட உரிமையாளரின் குடும் பத்திலிருந்து 18 முதல் 45 வயதுக்குள் உள்ள ஒருவருக்கு ஐ.டி.ஐ அல்லது அதற்கு இணையான கல்வி நிறுவனத்தில் இரண்டு ஆண்டுகளுக்குப் பயிற்சி அளிக்கப்படும். பயிற்சியின்போது அவர்களுக்கு ஊக்கத்தொகை வழங்கப் படும். குஜராத் தொழில் வளர்ச்சிக் கழகம் அவர்களுக்கு அந்தத் தொழிற்பேட்டையிலோ அல்லது அருகில் உள்ள தொழிற்பேட்டையிலோ வேலை கிடைக்க முயற்சி மேற்கொள்ளும்.

16. தொழிற்பேட்டையில் தொழிற்சாலைகளுக்கு நிலத்தை வழங்கியதில் கிடைத்த நிகர வருமானத்தில் 3 சதவீதம், வங்கியில் தனிக்கணக்கில் போட்டு வைக்கப்படும். இந்தப் பணம், பொதுக் காரியங்களான பள்ளிகள் கட்டுதல், சாலைகள் போடுதல், சமூகக் கூடங்கள் அமைத்தல் போன்ற பணிகளை, அந்தப் பகுதியில் உள்ள கிராமங்களில் செயல்படுத்தப் பயன்படுத்தப்படும்.

குஜராத்தில் ஏன் நிலம் கையகப்படுத்தல் எளிதாக உள்ளது என்பது இப்போது புரிந்திருக்கும்!

2005-06-ம் ஆண்டு முதல் 2009-10-ம் ஆண்டு வரை, 7,642.6 ஹெக்டேர் நிலம் தனியாரிடமிருந்தும் அரசுத் துறைகளிடமிருந்தும்

கையகப்படுத்தப்பட்டுள்ளது. 2009-10 முடிவில் 13,936.94 ஹெக்டேர் அளவு கையகப்படுத்தப்பட்ட நிலம், எந்தத் தொழிற் பேட்டையையும் உடனே தொடங்கத் தயாராக இருந்தது.

குஜராத் அரசின் இப்படிப்பட்ட முன்னேற்பாடுகூட, தொழில் முதலீடுகளை ஈர்ப்பதற்கு ஒரு காரணமாக இருக்கலாம்.

குஜராத் தொழில் வளர்ச்சிக் கழகத்தின் செயல்பாடுகளைத் தணிக்கை செய்த அமைப்பு சில விவரங்களைப் பதிவு செய் துள்ளது. 2005-06-லிருந்து 2009-10-க்கு இடைப்பட்ட காலத்தில் செயல்படுத்தப்பட்ட சிறப்புப் பொருளாதார மண்டல முன்னேற்ற நடவடிக்கைகளில், வெறும் இரண்டு மட்டுமே தோற்றுப்போயுள்ளன. இவை இரண்டும் கண்ணாடி மற்றும் மண்பாண்டத் தொழில் சம்பந்தப்பட்ட பொருளாதார மண்டலங்கள் ஆகும். 2000-வது ஆண்டிலிருந்தே இத்தகைய தொழிற்துறையில் ஏற்பட்ட சுணக்கத்தைத் தீவிரமாக ஆராய்ந்திருந்தால் இந்தச் சிறு தோல்வியைக்கூடத் தவிர்த்திருக்க முடியும் என்றுதணிக்கை அறிக்கை குறிப்பிடுகிறது.

உங்கள் பகுதிக்கு அருகில் உள்ள சிறப்புப் பொருளாதார மண்டலங்களின் நிலையைச் சற்று யோசித்துப் பாருங்கள். மேலே உள்ள செயல்பாட்டுடன் ஒப்பிட்டுப் பாருங்கள்!

துறைமுகச் செயல்பாடுகளில் 300 சதவீதத்துக்கும் மேலான வளர்ச்சி

குஜராத்தின் கடற்கரை நீளம் 1,600 கிலோ மீட்டர் ஆகும். இது மொத்தம் உள்ள இந்தியக் கடற்கரை நீளத்தில் மூன்றில் ஒரு பகுதியாகும். குஜராத்தின் பூகோள நன்மை என்னவென்றால், வளைகுடா நாட்டுக் கப்பல்களுக்கும் பல ஐரோப்பிய நாட்டுக் கப்பல்களுக்கும் இங்குள்ள துறைமுகங்கள்தாம் இந்தியாவை அடைவதற்கு மிக ஏதுவாக உள்ளன. குஜராத் மாரிடைம் போர்ட் (Gujarat Maritime Board), தனியார் பங்களிப்புடன் சிறு துறைமுகங்களை உருவாக்க ஆரம்பித்தது. பிறகு மோடியின் ஆட்சிக் காலத்தில் அவரைப் போலவே அதுவும் பெரிதாகச் சிந்திக்க ஆரம்பித்தது.

விளைவு, ஆதானி போன்ற தனியார் நிறுவனங்கள் பெரிய துறைமுகங்களை உருவாக்க ஆரம்பித்தன. குஜராத் துறை

முகங்களின் கப்பல் போக்குவரத்து நாளுக்கு நாள் வளர்ந்து, 2010 முடிவில் அதன் வளர்ச்சி 34 சதவீதமாக இருந்தது. அதே சமயத்தில் தேசிய அளவில் வளர்ச்சி வெறும் 13-14 சதவீதமாக மட்டுமே இருந்தது. மோடியின் முதல் பத்தாண்டு கால ஆட்சியில் 2001-10-க்குள், குஜராத்தின் துறைமுகங்களின் வளர்ச்சி சுமார் 300 சதவீதமாக இருந்தது.

நாட்டில் உள்ள மத்திய மற்றும் சிறிய துறைமுகங்களில் 142, குஜராத்தில் உள்ளன. ஆனால் அவை, நாட்டின் சுமார் 80 சதவீதம் கப்பல் போக்குவரத்தைக் கையாளுகின்றன.

தொழிலாளர்கள் நலன்

வேகமாக வளர்ந்துவரும் குஜராத்தில் தொழிலாளர் பிரச்னைகளும் வேகமாக வளர்ந்து வருகின்றன. அது என்று வேண்டுமானாலும் பூதாகாரமாக வெடிக்கலாம் என்ற கருத்து பரவலாக உள்ளது.

இங்கேயும் மோடியின் அரசு தக்க ஏற்பாடுகளைச் செய்துள்ளது. தொழிலாளர்களின் வயிற்றில் அடித்துத்தான் தொழில் வளர்ச்சி ஏற்படும் என்ற மாயையை மோடி தகர்த்து எறிந்துள்ளார்.

அது சார்ந்த சில விவரங்களை இப்போது பார்க்கலாம்.

இந்தியாவில் மிகச் சில மாநிலங்களே, முறைபடுத்தப்படாத தொழிலாளர்களின் நலனுக்காக ஒரு வாரியத்தை அமைத்துள்ளன. விவசாயம் அல்லாத மற்ற தொழில்களில் ஈடுபட்டிருக்கும் சுமார் 30 லட்சம் தொழிலாளர்களின் நலனுக்காக இந்த வாரியம் மோடி அரசால் 2007-ம் ஆண்டு ஆரம்பிக்கப்பட்டது.

இந்திய அரசின் தொழிலாளர் வாரியத்தின் புள்ளிவிவரப்படி, கீழ்க்கண்ட மனித நாட்கள், தொழிலாளர்களின் வேலை நிறுத்தம், கதவடைப்பு போன்ற போராட்டங்களால் அகில இந்தியாவிலும் வீணாகியுள்ளன.

ஆண்டு	வீணான மனித நாட்கள்
2002	16,921,382
2003	27,049,961
2004	19,037,630
2005	18,864,313

ஆனால் குஜராத்தில், கடந்த 2010-ம் ஆண்டிலிருந்து செப்டம்பர் 2011 வரையிலான கிட்டத்தட்ட இரண்டு ஆண்டுகளில், தொழிற்கூடங்களில் நடந்த ஸ்டிரைக் மற்றும் கதவடைப்பு மொத்தம் 43 தான். அதனால் சுமார் 6,800 தொழிலாளர்கள் பாதிக்கப்பட்டனர். சுமார் 75,000 மனித நாட்கள் வீணாயின.

சிறப்புப் பொருளாதார மண்டலங்களை மையமாகக் கொண்டு, தொழில் வளர்ச்சி ஏற்படுவதால் அங்கு பணியாற்றும் தொழிலாளர்களுக்காக ஒரு சிறப்புச் சட்டத்தை குஜராத் அரசு 2004-ம் ஆண்டு அறிமுகம் செய்தது.

இன்றைய உலகமயச் சூழலில், தாற்காலிகப் பணியாளர்களைக் கொண்டே தொழில்களை நடத்தும் பழக்கம் மேலை நாடுகளைப் போன்று இந்தியாவிலும் வேகமாகப் பரவி வருகிறது. ஏன், அரசுத் துறைகள்கூட ஆட்குறைப்பு நடவடிக்கைகளையும் விருப்ப ஓய்வு போன்ற வழிமுறைகளையும் மேற்கொள்கிறது. நிலையற்ற பொருளாதார நிலைமை உலகம் முழுதும் தொடர்ந்து நிலை கொண்டிருப்பதால் அரசும் சரி, தொழில் நிறுவனங்களும் சரி, நிரந்தரப் பணியாளர்களை வேலைக்கு அமர்த்துவதைக் கூடுமானவரை தவிர்த்து வருகின்றனர்.

இந்தச் சூழலில், தொழிலையும் பெருக்கவேண்டும்; தொழிலாளிகளின் நலனையும் பாதுகாக்கவேண்டும். இவை இரண்டுமே ஒரே நாணயத்தின் இரு பக்கங்கள். இதில், சீரான கொள்கைகளைச் செயல்படுத்துவது நாட்டின் தொடர் வளர்ச்சிக்கு மிக முக்கியம்.

குஜராத் மாநில அரசு கொண்டுவந்த தொழிலாளர் சட்டப்படி, ஏதாவது தொழிலாளியை வேலையை விட்டு நிறுத்தவேண்டுமானால், குறைந்தது 45 நாட்களுக்கு முன்பே நோட்டீஸ் கொடுக்கவேண்டும். அல்லது, அதற்கு இணையான சம்பளம் வழங்கவேண்டும்.

தொழில் நிறுவனமே மூடப்படுகின்ற சூழலில், வழக்கமான நிவாரணத்தோடு தொழிலாளர்களுக்கு, அவர்கள் தொடர்ந்து வேலை செய்த வருடத்துக்கு இணையாக ஒவ்வொரு வருடத்துக்கும் 15 நாட்கள் வீதம் சம்பளம் கொடுக்கப்பட வேண்டும்.

இது போன்ற சட்டத்தால், தொழிலாளர்கள் எந்தச் சூழலிலும் உடனே தெருவில் தள்ளப்படாமல், குறைந்தபட்சம் அடுத்த

வேலை தேடும் வரையாவது சமாளித்துக்கொள்ள வழி வகை செய்யப்பட்டுள்ளது.

நமது நாட்டில் 90 சதவீதத்துக்கும் மேற்பட்டோர், முறைப் படுத்தப்படாத தொழிலாளர்கள். அவர்கள் வேலை செய்யும் சூழலே, ‘வேலை இருந்தால் பணிக்கு வா, இல்லையேல் வராதே’ என்பதுதான். குஜராத்தின் இந்தப் புதிய சட்டத்தின் மூலம் தொழிலாளிகளுக்குக் குறைந்தபட்ச தொழில் பாதுகாப் போடு பி.எஃப், கிராஜுவிட்டி, இன்ஷுரன்ஸ் போன்ற அம்சங்களும் கிடைக்கின்றன.

★

தொழில் வளர்ச்சிக்கு தடையற்ற மின்சாரம் மட்டும் இருந்தால் போதாது. தொழிலை நடத்த, தொழிலதிபர்களை ஊக்குவிக்க வேண்டும். அதே நேரம், தொழிலாளர்கள் நலனும் பாது காக்கப்பட வேண்டும். இந்த இரண்டையும் மிக அழகான முறையில் சமாளித்துள்ளது மோடியின் குஜராத் அரசு.

9

மனிதவள மேம்பாடு

ஒரு மாநிலத்தில் தொழில் வளர்ச்சி ஏற்பட, மனித வளம் சிறப்பாக இருக்கவேண்டும்.

மேலும் வளர்ச்சி என்றால், அது பொருளாதார வளர்ச்சி மட்டுமல்ல, மக்கள் மன நிறைவோடு மகிழ்ச்சியாக வாழவேண்டும். சமூகங்களுக்கு இடையே சண்டை சச்சரவுகள் இல்லாமல் மாநிலமே அமைதியாக இருக்கவேண்டும்.

குஜராத்தில் இது தொடர்பாக என்ன நடக்கிறது என்று பார்ப்போம்.

திறமைசாலி இளைஞர்களும் அரசும்

தற்போது, பொதுவாக திறமைசாலிகள் அனைவரும் அரசாங்கத்தைவிடத் தனியார் நிறுவனங்களையே நாடிச் செல்லும் நிலை உள்ளது. தனியார் நிறுவனங்களில் சில காலம் பணியாற்றியபின் அவர்களில் சிலருக்கு அரசுப் பணிகள்மீது நாட்டம் ஏற்பட்டு, அரசின் திட்டங்களின்மூலம் மக்களுக்குச் சேவை செய்ய வேண்டும் என்ற அவா எழுந்தால், அதற்கான வாய்ப்புகள் இன்றைய அரசு அமைப்பில் பெரும்பாலும் இல்லை என்று சொல்லலாம்.

தங்களின் கனவுத் திட்டங்களைச் செயல்படுத்துவதற்கோ, தங்களின் பல்வேறு திட்டங்களை எவ்வாறு இன்னும் சிறப்பாகச் செயல்படுத்தலாம் என்று ஆராய்ந்து சொல்வதற்கோ அல்லது குறிப்பிட்ட திட்டம் எந்த அளவுக்கு மக்களுக்குப் பயனுள்ளதாக

இருக்கிறது, திட்டத்தின் பயன் பயனாளிகளுக்குச் சென்று சேர்கிறதா போன்றவற்றை அரசியல் கலப்பு இல்லாமல், உண்மையாக அறிவதற்கு, சமூகப் பணிகளில் ஆர்வமுள்ள இளைஞர்களைப் பயன்படுத்திக்கொள்ளவும் பொதுவாக இந்தியாவில் வாய்ப்புகள் இல்லை.

ஆனால், மோடியின் அரசு, இத்தகை சமூகப் பற்றுள்ள, படித்த, அனுபவம் வாய்ந்த இளைஞர்களுக்கு குஜராத் அரசில் 11 மாத காலத்துக்குப் பணியாற்றுவதற்கு வாய்ப்பு கொடுக்கிறது.

முதல் மந்திரி பெல்லோஷிப் திட்டம் (Chief Minister's Fellowship Program) இதற்கு வழி வகுக்கிறது. 2011-ல் ஆரம்பிக்கப்பட்ட இத்திட்டத்தில், தகுதியுள்ள அனைத்து இந்திய இளைஞர்களும் பங்கெடுத்துக்கொள்ள முடியும். தேவையான விண்ணப்பத்தை www.gujaratfellowship.org என்ற இணையத் தளத்திலிருந்து பதிவிறக்கம் செய்து பயன்படுத்தலாம். தேர்ந் தெடுக்கப்பட்டவர்களுக்கு, குஜராத்தின் அரசுத் துறைகளிலோ, மாவட்ட அளவிலோ, அல்லது முதல்வரின் அலுவலகத்திலோ சேர்ந்து சேவையாற்ற வாய்ப்பு கிடைக்கும்.

11 மாத காலத்தில், குஜராத் அரசு இயந்திரம் எவ்வாறு வேகமாகச் செயல்படுகிறது, திட்டங்களைச் செயல்படுத்தும்போது என்னென்ன சிக்கல்கள் வருகின்றன, அவற்றை எவ்வாறு கையாள் கிறார்கள் போன்ற விவரங்களை அறிந்துகொள்ள முடியும்.

மாநிலத்தின் அமைதிச் சூழல்

ஒரு மாநிலத்தின் வளர்ச்சிக்கு, அமைதியான சூழல் மிக அடிப் படைத் தேவை. மோடி ஆட்சிக்கு வருவதற்கு முன்பு குஜராத்தில் ஏறக்குறைய எந்த மதத் திருவிழா நடந்தாலும் பிரச்னைதான். ஊரடங்கு உத்தரவு என்பது மக்களுக்கு மிகப் பழக்கப்பட்ட ஒன்று.

பிப்ரவரி 2002-ல், கோத்ரா நயில் நிலையத்தில் அயோத்தி சென்று திரும்பிக்கொண்டிருந்த ராம பக்தர்கள் இருந்த ரயில் பெட்டி ஒன்று தீ வைத்துக் கொளுத்தப்பட்டது. தொடர்ந்து, குஜராத் முழுவதும் மதக் கலவரம் வெடித்தது. அதில் நூற்றுக்கணக்கான அப்பாவி மக்கள் மாண்டனர். அதனைத் தொடர்ந்து நரேந்திர மோடி பதவி விலகவேண்டும் என்ற குரல்கள் நாடு முழுதும் எழுந்தன. மோடி பதவி விலகி, தேர்தலைச் சந்தித்தார்.

தேர்தலில் மிகப் பெரும்பான்மையுடன் ஆட்சியைக் கைப்பற்றிய நரேந்திர மோடிக்கு அமைதியான குஜராத்தை உறுதி செய்வது அடிப்படைக் கொள்கையாக இருந்தது.

2012-ம் ஆண்டுக் கணக்குப்படி, கடந்த 10 ஆண்டுகளில் குஜராத் மாநிலத்தில் ஊரடங்கு உத்தரவு (144) எந்தப் பகுதியிலும் பிறப் பிக்கப்படவில்லை. பிரச்னைகளை உடனே அணுகித் தீர்வு காண் பதால் இது சாத்தியமாகியுள்ளது. ஒரு வருடமாவது இந்தியா வில் ஊரடங்கு உத்தரவே பிறப்பிக்கப்படாத மாநிலம் ஒன்று இருக்கிறதா என்பது சந்தேகம்தான்!

மாநிலத்தின் அமைதிச் சூழல், வளர்ச்சிப் பணிகளில் மக்கள் கவனம் செல்வதற்கு உதவியதோடு, அவர்களின் உற்பத்தித் திறனையும் அதிகரித்துள்ளது.

மாநிலத்தின் அமைதி, முதலீட்டாளர்களின் நம்பிக்கையை வென்றெடுக்க உதவியதோடு, மாநிலத்தின் தொழில் வளர்ச்சி யையும் முன்னெடுத்துச் செல்ல உதவியுள்ளது.

தீவிரவாதத்தை முளையிலேயே கிள்ளி எறிய குஜராத் அரசு பல்வேறு நடவடிக்கைகளை மேற்கொண்டு வருகிறது. குறிப் பாக, உடனடியாகச் செயலாற்றும் குழுக்கள் (QRTS), குண்டு களை அகற்றும் நிபுணர் குழுக்கள் (BDDS) ஆகியவை போலீஸ் கமிஷனர்களைக் கொண்ட அனைத்து மாநகரங்களிலும் அனைத்து மாவட்டங்களிலும் ஏற்படுத்தப்பட்டுள்ளது. இத னால் குஜராத்தில் எதிரிகள் ஏதேனும் அசம்பாவிதங்களை நிகழ்த்தக் கனவுகூடக் காண முடியாத சூழ்நிலை ஏற்படுத்தப் பட்டுள்ளது.

மனித முன்னேற்றம்

வளர்ச்சியைக் கணக்கிடும் போது, மனித முன்னேற்றக் குறி யீட்டு எண் என்பது உலக அளவில் பயன்படுத்தப்படுகிறது.

மனித முன்னேற்றக் குறியீட்டு எண்ணின் (HDI) வரிசையில் 2007-08-ம் ஆண்டுக்கணக்குப்படி, குஜராத் மாநிலம் அகில இந்திய அளவில் 11-ம் இடத்தில் இருந்தது. கேரள மாநிலம் முதலிடத்தில் இருந்தது.

2011-12 ஆண்டில் எடுக்கப்பட்ட வேலையில்லாதோர் சர்வேயின்படி, வேலை இல்லாத் திண்டாட்டம் கேரளாவில்

எந்த அளவுக்கு உள்ளது என்று பாருங்கள். ஆயிரம் பேரில், கிராமப்புறங்களில் 76 பேரும், நகர்ப்புறங்களில் 139 பேரும் வேலையில்லாமல் உள்ளனர்.

ஆனால் குஜராத்திலோ இது முறையே, 7 மற்றும் 15 ஆக உள்ளது. இது அகில இந்திய சராசரியான, 29 மற்றும் 47 என்ற எண்ணிக்கையைவிட மிகவும் குறைவாகும்.

வேலை வாய்ப்புகளை அதிகரிக்காவிட்டால், உயர்ந்த HDI-ஐ எப்படித் தக்க வைத்துக்கொள்ள முடியும்?

குஜராத்தில் காணப்படும், மிகக் குறைந்த வேலையில்லாத நிலைமை, எதிர்வரும் காலங்களில் அதனை HDI-ல் முதல் இடத்துக்கு இட்டுச் செல்லும் என்பது திண்ணம்.

தனிநபர் வருமானம், அகில இந்திய சராசரியுடன் ஒப்பிடும்போது, குஜராத்தின் வருமானம் அதிகமாகக்கொண்டே போவதைக் காணலாம். கீழே உள்ள அட்டவணையைப் பாருங்கள்.

ஆண்டு	இந்தியா (ரூ)	குஜராத் (ரூ)	அதிகம் (ரூ)
2002-03	18,885	22,683	3,798
2003-04	20,871	26,922	6,051
2004-05	24,093	28,846	4,753
2005-06	27,183	34,264	7,081
2006-07	31,080	39,459	8,379
2007-08	35,430	45,437	10,007
2008-09	40,141	49,251	9,110

அரசு வேலை வாய்ப்பு அலுவலகத்தின் புள்ளிவிவரங்களைப் பார்த்தால் குஜராத் எவ்வாறு தொடர்ந்து தன் வேலை வாய்ப்பு அலுவலகம் மூலம் வேலைகளை அளித்துள்ளது என்று தெரியும். 2007-ம் ஆண்டு புள்ளிவிவரப்படி, அகில இந்திய அளவில், வேலைவாய்ப்பு அலுவலகங்கள்மூலம் 2.64 லட்சம் வேலைகள் வழங்கப்பட்டுள்ளன. அதில் குஜராத்தின் பங்கு மட்டும், 1.78 லட்சம். அரசின் வேலை வாய்ப்பு அலுவலகம்மூலம் கிடைத்துள்ள வேலைகளில் குஜராத்தின் பங்கு மட்டுமே 67.42 சதவீதம் ஆகும்.

2011-லோ அகில இந்திய அளவில் உருவாக்கப்பட்ட 4.71 லட்ச வேலை வாய்ப்புகளில் குஜராத்தின் பங்களிப்பு 2.25 லட்சமாக இருந்தது. இது அகில இந்திய அளவில் உருவாக்கப்பட்ட வேலை வாய்ப்பில் 47.85 சதவிகிதமாகும்.

பல இந்திய மாநிலங்கள், மது விற்பனை மூலம் பல்லாயிரக் கணக்கான கோடி ரூபாய் வருமானத்தைப் பெருக்கி, நலத்திட்டங் களுக்குப் பயன்படுத்துகிறார்கள்(!). இது கண்ணை விற்று ஓவியம் வாங்குவது போன்றதுதான். ஆனால் குஜராத்தில் மதுவிலக்கு தொடர்ந்து அமலில் உள்ளது. மோடியின் அரசு, 2012-ம் ஆண்டு, குட்கா போன்ற போதைப்பொருட்களைப் பயன்படுத்துவதற்கு மட்டுமல்ல, தயாரிப்பதற்கும்கூடத் தடை விதித்திருக்கிறது.

இந்தியச் சூழலில் எது மனித முன்னேற்றத்துக்குத் தடையாக இருக்கிறது, எது மனித முன்னேற்றத்துக்கு உதவி செய்யும் என்பதைச் சிந்தித்துப் பாருங்கள்.

வறுமை ஒழிப்பு

தற்போதெல்லாம் வறுமைக்கோடு என்னும் அளவீடுதான், அரசின் பல்வேறு திட்டங்களின் பயனாளிகளைக் கண்டறிவ தற்குப் பயன்படுகிறது.

உலக வங்கி குறிப்பிடுவதுபோல், முன்னேறிய நாடுகள்முதல் மிகவும் பின்தங்கிய நாடுகள்வரை, வெவ்வேறு அளவீடுகளின் அடிப்படையிலேயே வறுமைக்கோடு கணக்கிடப்படுகிறது. அமெரிக்காவில் வறுமைக்கோட்டின் அர்த்தம் வேறு, இந்தியா வில் வேறு, உணவுக்கே சண்டை போட்டுக்கொண்டிருக்கும் சோமாலியா போன்ற நாடுகளில் முற்றிலும் வேறு.

இந்திய அளவில், 2009-10 கணக்குப்படி கிராமவாசிகளின் மாத வருமானம் 672.80 ரூபாய்க்கும் குறைவாக இருந்தால் அவர் வறுமைக்கோட்டுக்குக் கீழே வாழ்கிறார் என்று அர்த்தம். நகரவாசியாக இருந்தால் 859.60 ரூபாய்க்கும் குறைவாகச் சம்பாதித்தால் அவர் வறுமைக்கோட்டுக்குக்கீழே வருவார்.

மாநிலங்களுக்கு மாநிலம், இந்த அளவீடு மாறுகிறது. நாகா லாந்து மாநிலத்தில் கிராமவாசியின் மாத வருமானம் 1,016.80 ரூபாய் என்றாலும் அவர் வறுமைக்கோட்டுக்குக் கீழேதான் வருவார். நகரவாசியின் வருமானமோ, 1,147.6 ரூபாய்க்கும்

மேலே இருந்தால்தான் அவர் வறுமைகோட்டுக்கு மேலே உள்ளவர் என்று அர்த்தம். ஆனால் ஒரிசா மாநிலத்தில், கிராம வாசியின் மாத வருமானம் 567.1 ரூபாயக்கும் மேலே இருந்தாலே அவர் வறுமைக்கோட்டுக்கு மேலே உள்ளவர். இந்த மாத வருமானம், தேசிய சராசரியைவிடச் சுமார் 100 ரூபாய் குறைவானது.

அந்த வகையில், குஜராத்தில் வறுமைக்கோட்டைக் கணக்கீடு செய்ய, கிராமவாசியின் வருமானம் ரூபாய் 725.9 என்றும் நகரவாசியின் வருமானம் ரூபாய் 951.4 என்றும் வரையறுக்கப்பட்டுள்ளது.

2004-05-ல், டெண்டுல்கர் கமிட்டி வழிமுறையைப் பயன்படுத்திக் கணக்கிடப்பட்ட வறுமைக்கோட்டு அளவுகோலின்படி, குஜராத்தில் 31.6 சதவீதம் பேர் வறுமைக்கோட்டுக்குக்கீழே இருந்தனர். அதே காலகட்டத்தில், அகில இந்திய அளவில் 37.2 சதவீதம் பேர் வறுமைகோட்டுக்குக்கீழே வந்தனர்.

2009-10-ல், குஜராத்தில் வறுமைக்கோட்டுக்குக் கீழே வாழ்வோர் எண்ணிக்கை 23 சதவீதமாகக் குறைந்தது. அகில இந்திய அளவில் இது 29.8 சதவீதமாக இருந்தது.

	2004-2005	2009-2010
குஜராத்	31.6%	23%
இந்தியா	37.2%	29.8%

2004-05 கணக்குப்படி, கிராமப்புறத்திலும் நகர்ப்புறத்திலும் வறுமைக்கோட்டுக்குக் கீழே வாழும் ஏழைகளின் எண்ணிக்கையைக் கீழே காணலாம்.

	கிராமவாசிகள்	நகரவாசிகள்	மொத்தம்
குஜராத்	128.5 லட்சம் (39%)	42.9 லட்சம் (20%)	171 லட்சம் (31.6%)
இந்தியா	32.581 கோடி (42%)	8.141 கோடி (25.5%)	40.722 கோடி (37.2%)

ஐந்தாண்டுகள் கழித்து, 2009-10-ல், புதிய அளவீடுகளோடு, வறுமைக்கோட்டுக்குக் கீழே வாழ்வோர் எண்ணிக்கை எவ்வாறு குறைந்துள்ளது என்பதைப் பாருங்கள்.

	கிராமவாசிகள்	நகரவாசிகள்	மொத்தம்
குஜராத்	91.6 லட்சம் (26.7%)	44.6 லட்சம் (17.9%)	136.2 லட்சம் (23%)
இந்தியா	27.821 கோடி (33.8%)	7.647 கோடி (20.9%)	35.468 கோடி (29.8%)

குஜராத்தின் நகர்ப்புற ஏழைகளின் எண்ணிக்கை, 2004-05-ல், 42.9 லட்சமாகவும் 2009-10-ல் 44.6 லட்சமாகவும் இருந்தது. எண்ணிக்கையை வைத்துப் பார்க்கும்போது, இது கூடியதாக இருந்தாலும், சதவீதத்தை உற்று நோக்கும்போது, அது 20 சதவீதத்திலிருந்து 17.9 சதவீதமாகக் குறைந்துள்ளது. மேலும் அதிக ஏழை மக்கள் நகரங்களை நோக்கி வந்துள்ளனர். இருந்தும், ஏழைமை குறைக்கப்பட்டுள்ளது.

குஜராத்தின் மாபெரும் வளர்ச்சியை ஒப்பிடும்போது, இந்த வளர்ச்சி போதாது என்ற வாதம் பொதுவாக வைக்கப்படுகிறது. நகர்ப்புறமாக்கல் வேகமாக நடைபெறுவதால் பெருகிப்போன நகரவாசிகளைக் கணக்கில் எடுக்காமல் சிந்தித்தால், அந்த வாதம் நியாயமானதாகத் தோன்றலாம்.

நாட்டிலேயே அதிபயங்கர வேகத்தில் குஜராத் மாநிலம் நகரமயமாகி வருகிறது. 2011-ம் ஆண்டு மக்கள்தொகைக் கணக்கெடுப்பின் படி, குஜராத்தில் 42.6 சதவீதம் பேர் (2.57 கோடி மக்கள்) நகர்ப்புறங்களில் வாழ்கின்றனர். இது, முந்தைய மக்கள்தொகைக் கணக்கெடுப்பு ஆண்டான 2001-ஐக் காட்டிலும் 35.83% கூடுதல் வளர்ச்சியாகும். 2001-ல் 37.36 சதவீதம் குஜராத்திகளே நகர்ப்புறங்களில் வாழ்ந்தனர். அதாவது 1.89 கோடி மக்கள். சுமார் 68 லட்சம் பேர், கடந்த 10 ஆண்டுகளில் மட்டும் நகர்ப்புறங்களில் குடியேறியுள்ளனர்.

மேற்குறிப்பிட்ட புள்ளிவிவரங்களை வைத்துப் பார்க்கும்போது, மோடியின் அரசு பல நகர்ப்புற முன்னேற்ற நடவடிக்கைகளை மேற்கொண்டு, நகர்ப்புற மக்களை வறுமையிலிருந்து மீட்டெடுக்க முனைந்திருக்கிறது என்பது புரிய வரும்.

பிற்படுத்தப்பட்ட தாலுகாக்களுக்குச் சிறப்புக் கவனம்

2004-ல், குஜராத்தின் 30 தாலுகாக்கள், பின்தங்கியவை என்று கண்டறியப்பட்டன. அவற்றோடு மேலும் 11 தாலுகாக்களும் பிந்தங்கியவை என்று பின்னர் சேர்த்துக்கொள்ளப்பட்டன.

இந்தத் தாலுகாக்களை மாநில அரசின் செயலர் மட்டத்தில் உள்ள மூத்த அதிகாரிகள் தாங்களே முன்வந்து தத்தெடுத்துக்கொண்டுள்ளனர். அதன் நோக்கம், ஒவ்வொரு தாலுகாவின் பிரச்னைகளையும் நன்கு ஆராய்ந்து, அதனை முன்னேற்றுவதற்கான திட்டங்களை வகுத்து, குறிப்பிட்ட காலத்துக்குள் அவற்றையும் பிற தாலுகாக்களைப் போன்று முன்னேற்றுவது ஆகும்.

இதற்காக மோடி அரசு அந்த அதிகாரிகளுக்கு ஒவ்வொரு தாலுகாவுக்கும் ஆண்டுக்கு இரண்டு கோடி ரூபாயை வழங்கியுள்ளது. அவர்கள் அதனைப் பல முன்னேற்றத் திட்டங்களுக்கும் பயன்படுத்திக்கொள்ள முடிகிறது.

இந்த அதிகாரிகள் மூத்த அதிகாரிகளாக இருப்பதால், அவர்களால் அரசின் கொள்கைகளில் வேண்டிய தாக்கங்களை ஏற்படுத்தி, தங்கள் அரவணைப்பில் உள்ள தாலுகாவை முன்னேற்றப் பாதையில் நடத்திச் செல்ல முடிகிறது.

இந்த அதிகாரிகளின் தனிப்பட்ட கவனம் கல்வி, சுகாதாரம், தண்ணீர் வழங்கல், இளைஞர்களின் திறமைகளை வளர்த்தல் போன்றவற்றை நோக்கி உள்ளன.

இந்த அடிப்படைக் காரணிகளை முன்னேற்றினால், மிக விரைவில் அந்தத் தாலுகாக்களும் முன்னேறுவது சாத்தியமான ஒன்றாகும்.

மலைவாழ் மக்கள்

இந்தியர்கள் இந்தியர்களை ஆள ஆரம்பித்து சுமார் 65 ஆண்டுகள் ஆன பின்பும், இன்னும் நம் நாட்டில் உள்ள சுமார் 9 சதவீதக் காடுகளிலும், மலைப்பகுதிகளிலும் வாழும் மலைவாழ மக்கள் வாழ்வில் முன்னேற்றம் எதிர்பார்த்த அளவு நிகழவில்லை.

மாறாக, இயற்கை வளங்களை அபகரிக்கும் முதலாளியைப் போல அரசு செயல்படுவதால், பல மாநிலங்களில் தீவிரவாதம் தலை தூக்கியுள்ளது. மக்களின் ஏழைமை, கல்வியறிவு இல்லாமை போன்றவை, நக்சலைட்டுகள் இத்தகைய பகுதிகளில் ஆதிக்கம் செலுத்த ஏதுவாகிறது.

குஜராத்தின் அண்டை மாநிலங்களான மகாராஷ்டிராவிலும் மத்தியப் பிரதேசத்திலும் நக்சலைட் நடவடிக்கைகள் நிகழ்ந்த வண்ணம் உள்ளன.

ஆனால் குஜராத்தில் ஏன் அப்படி நிகழவில்லை? இத்தனைக்கும் குஜராத்தில் சுமார் 15% பேர் மலைவாழ் மக்கள். அவர்களும் மத்தியப் பிரதேச, மகாராஷ்டிர மாநில எல்லையோரங்களில்தான் வாழ்ந்து வருகிறார்கள்.

2012 கணக்குப்படி, குஜராத்தில் அனைத்து மலைவாழ் மக்கள் வாழும் கிராமங்களையும் மின்சாரம் சென்றடைந்துவிட்டது. மின்சார வயர்கள் கொண்டுசெல்லச் சிரமமான இடங்களுக்கு சூரிய ஒளி மின்சாரம் ஏற்பாடு செய்யப்பட்டுள்ளது.

சுமார் 12 ஆயிரம் தடுப்பணைகள், சுமார் 2.5 லட்சம் மண் சுகாதார அட்டைகள், அகலப்பாட்டை (பிராட்பேண்ட்) இணைய வசதி போன்றவை எல்லாம் மலைவாழ் மக்கள் வாழும் பகுதிகளில் எப்படிச் சாத்தியமாயிற்று? குறிப்பாக, கடந்த 10 ஆண்டுகளுக்குள்ளாகவே!

அதற்கு மோடியின் அரசு என்ன திட்டங்களை நடைமுறைப்படுத்தியது என்பதைச் சற்று பார்க்கலாம்.

மக்கள் தொகைக்குத் தக்கவாறு, குஜராத் பட்ஜெட்டில் 14.8 சதவீதம், மலைவாழ் மக்கள் முன்னேற்றத்துக்கு ஒதுக்கப்பட்டுள்ளது.

மலைவாழ் மக்கள் முன்னேற்றத் திட்டமான 'வனபந்து கல்யாண் யோஜனா' என்பதை மிகவும் பின்தங்கிய, தேர்ந்தெடுக்கப்பட்ட 41 தாலுகாக்களில், 2007-ம் ஆண்டில் நரேந்திர மோடி அறிமுகப்படுத்தினார்.

இந்த ஐந்தாண்டுத் திட்டத்துக்கு 15,000 கோடி ரூபாய் நிதி ஒதுக்கி, வேலைகளை ஆரம்பித்தனர். இத்திட்டம் மக்கள் திட்டமாக மாறி, கைமேல் பலனைக் கொடுத்தது. முடிவில் கூடுதலாக 3,000 கோடி ரூபாய் சேர்க்கப்பட்டு, மொத்தம் 18,000 கோடி ரூபாய், பல்வேறு மலைவாழ் மக்கள் நலத் திட்டங்களுக்குப் பயன்படுத்தப்பட்டது.

இத்திட்டத்தின் அபார வெற்றியை தொடர்ந்து, மோடி அரசு இத்திட்டத்தை அடுத்த ஐந்தாண்டுகளுக்கும் நீடித்துள்ளது. இப்போது இதன் பட்ஜெட் 40,000 கோடி ரூபாய்!

அப்படி என்னதான் இத்திட்டத்தால் பயன்? ஏன் மலைவாழ் மக்களின் அபரிமிதமான ஆதரவை இத்திட்டம் பெற்றுள்ளது?

இந்தத் திட்டத்தின் மிக முக்கியமான பங்களிப்பு, மலைவாழ் இளைஞர்களுக்குப் பல்வேறு பயிற்சிகளை அளிப்பதுதான். அவர்களின் திறமைக்கும் எதிர்பார்ப்புக்கும் தக்கவாறு அவர்களுக்குப் பயிற்சி அளிக்கப்படுகிறது. அவர்களைத் தகுதியானவர்களாக மாற்றி அவர்களுக்கு வேலை கிடைக்கவும் சுய தொழில் தொடங்கவும் உதவி செய்யப்படுகிறது.

பல தனியார் நிறுவனங்கள், அரசின் சார்பில் இத்திட்டத்தைச் செயல்படுத்துகின்றன. இதன்மூலம் கடந்த ஐந்தாண்டுகளில் பல்லாயிரக்கணக்கான இளைஞர்கள் பயன்பெற்றுள்ளனர்.

இதுவரை இந்தப் பயிற்சித் திட்டத்தால் எத்தனை பேர் பயனடைந்துள்ளனர், அதில் எத்தனை பேர் பணியில் அமர்த்தப்பட்டுள்ளனர், எத்தனை பேர் சுய தொழில் ஆரம்பித்துள்ளனர், எந்த நிறுவனம் இவர்களுக்குப் பயிற்சி அளித்தது, பயிற்சி நடைபெற்ற இடம், தேதி போன்ற விவரங்கள் அனைத்தும், அனைவரும் அறிந்துகொள்ளும் வகையில் இணையத்தளத்தில் வைக்கப்பட்டுள்ளன. tribal.guj.nic.in என்ற முகவரியில் அதனைக் காணலாம்.

தகுந்த பயிற்சியின்மையும் வேலையின்மையுமே இளைஞர்களைத் தீவிரவாதத்தின் பக்கம் இழுக்கும் என்பது எல்லோருக்கும் தெரியும். ஆனால் எத்தனை அரசுகள், இத்தகைய திட்டங்களைத் தீட்டி, அவற்றை வெற்றிகரமாகச் செயல்படுத்துகின்றன?

இதைத்தவிர, சன்ஷைன் திட்டம், ஜீவிகா திட்டம் போன்றவை, மலைவாழ் மக்களுக்காகத் தனியாரின் பங்களிப்போடு அரசால் செயல்படுத்தப்படுகின்றன.

இத்திட்டங்கள் மூலம் மலை வாழ் விவசாயிகளுக்கு நவீன விவசாயமுறைகளைக் கற்றுத் தருதல், தேவையான தரமான விதைகளை வழங்குதல், சிறப்பான நீர்ப் பாசனத்தை உறுதி செய்தல், விளைந்த பொருட்களைப் பாதுகாத்தல், அவற்றைச் சந்தைக்கு எடுத்துச் சென்று நியாயமான விலையைப் பெற்றுத் தருதல், விவசாயப் பணிகளுக்குத் தேவையான நவீன கருவிகளை அறிமுகப்படுத்தி, அவற்றைப் பயன்படுத்த உதவுதல் போன்ற வழிகளில் உதவுகிறது.

சத்தீஸ்கர், ஜார்கண்ட், ஒரிசா போன்ற மாநிலங்களில் மலைவாழ் மக்கள் அதிகமாக வாழும் பகுதிகளில் ஆண்டுக்குச் சராசரியாக

1,300 மில்லி மீட்டர் மழை பெய்கிறது. அந்த மழைநீரைச் சேமிக்கப் போதுமான ஏற்பாடு இல்லாததால் அவை அனைத்தும் அந்த இடங்களிலிருந்து ஓடிப்போய்விடுகின்றன. அதனால் பாசனத்துக்கு நீர் இல்லாமல் அவர்கள் தவிக்கிறார்கள்.

ஒரு மாவட்டத்தை தவிர, மலைவாழ் மக்கள் அதிகம் வாழும் அனைத்து சத்தீஸ்கர் மாவட்டங்களிலும் பத்து சதவீதத்துக்கும் குறைவாகவே நீர்ப் பாசன வசதி உள்ளது. ஆனால் ஒட்டுமொத்த சத்தீஸ்கர் மாநிலத்தில் சராசரியாக 25 சதவீதம் நீர்ப்பாசன வசதி உள்ளது. ஜார்கண்ட் மாநிலத்திலும் ஏறக்குறைய, மலைவாழ் மக்கள் வசிக்கும் ஏழு மாவட்டங்களிலும் இதே நிலைதான். ஒரிசா மாநிலத்தின் நீர்ப் பாசன வசதி சராசரியாக 33 சதவீதமாக இருந்தபோதும், மலைவாழ் மக்கள் வசிக்கும் மூன்றில் இரண்டு பங்கு மாவட்டங்களில் நீர்ப் பாசன வசதி சராசரியையும்விடக் குறைவாகவே உள்ளது. இதனால் அந்தப் பகுதிகளில் விளைச்சலும் குறைவாகக் காணப்படுகிறது.

ஒரிசாவில் விளைச்சல் ஒரு ஹெக்டேருக்கு 1,397 கிலோகிராம்; சத்தீஸ்கரில் மிகக் குறைவாக 1,008 கிலோகிராம்; ஜார்கண்டில் ஒரு ஹெக்டேருக்கு 1,330 கிலோகிராம். ஆனால் தேசிய அளவில் உணவு உற்பத்தி, சராசரியாக 2010-11 கணக்குப்படி, ஒரு ஹெக்டேருக்கு 1,921 கிலோகிராம். குறைவான விளைச்சல் ஏழைமையை உருவாக்குகிறது. ஏழைமை, நக்சலைட்டுகளின் புகலிடமாக ஆகிறது.

ஆனால், குறைவான விளைச்சலுக்கு யார் காரணம்? மழை பொய்த்துப்போனதா? இல்லை! மழை நீரை சரியாகச் சேமித்து, பாசன வசதிகளைப் பெருக்க தவறியதுதான் மூல காரணம்! ஆனால் குஜராத்தில் பார்த்தால், சுமார் 12,000 தடுப்பணைகள் மலைவாழ் மக்களின் விவசாயத்துக்காக என்றே அமைக்கப் பட்டுள்ளது. இதன்மூலம் மழைநீரைச் சேமித்து, விவசாயத்தைச் சிறப்பாகச் செய்துவருகின்றனர்.

பல வகைகளில், மலைவாழ் விவசாயிகள் தங்கள் கலாசாரம் பாதிக்கப்படாமல், தங்கள் இடங்களை விட்டுக் குடிபெயராமல், அதே சமயம் தன்மானத்தோடு விவசாயம் செய்து செழித்திட குஜராத் மாநில அரசு உதவி செய்கிறது.

இத்தகைய நடவடிக்கைகளில், குஜராத் அரசோடு பல பன்னாட்டு நிறுவனங்களும், இந்திய நிறுவனங்களும், தன்னார்வக்

குழுக்களும் சேர்ந்து செயல்படுகின்றன. ஒரு புள்ளி விவரப்படி, மலைவாழ் பழங்குடியினர் செய்யும் விவசாயத்தில், 2007-ல் ஏக்கருக்கு வெறும் 4 குவிண்டாலாக இருந்த மக்காச் சோளம் உற்பத்தி, 2009-ல் மலைக்க வைக்கும் வகையில் 12 குவிண்டாலாக உயர்ந்துள்ளது. இத்தகைய வெற்றி, இன்னும் பல்வேறு விளைபொருள் உற்பத்தியிலும் தொடர்ந்துகொண்டிருக்கிறது.

இதைத்தவிர மலைவாழ்ப் பெண்களுக்குச் சிறப்புத் திட்டங்கள், பள்ளி மாணவர்களுக்கு இலவசப் பால் வழங்கும் திட்டம் போன்றவையும் நடைமுறையில் உள்ளன.

2007-ம் ஆண்டு IDDP (Integrated Dairy Development Project) என்ற ஒருங்கிணைந்த பால்வள வளர்ச்சித் திட்டம் ஆரம்பிக்கப்பட்டது. அதன்மூலம், வறுமைக் கோட்டுக்குக் கீழே உள்ள மலைவாழ் மக்களுக்குக் கால்நடைகள் வழங்கப்படுகின்றன. இவை ஒன்றும் இலவசமாகக் கொடுக்கப்படுவதில்லை. மானியத்தோடு கூடிய கடன் வசதியில் இவை வழங்கப்படுகின்றன.

சற்று நிதானமாக யோசித்தால், எவ்வளவு சிந்தனைகள் உள்ளே சென்றிருந்தால் இத்தகைய முழுமையான மக்கள் திட்டங்களை யோசிப்பதோடு மட்டுமல்லாமல், திறமையாக வெறும் பத்தாண்டுகளுக்குள்ளாகவே செயல்படுத்த முடியும் என்பது புரியவரும்.

குழந்தைகள் உலகம்

குழந்தைகள் இந்த நாட்டின் செல்வங்கள். அவர்கள் சிறுவயதில் என்னென்ன விஷயங்களைத் தெரிந்துகொள்கிறார்களோ, அவைதான் அவர்களின் வாழ்க்கையின் அஸ்திவாரமாக அமைகிறது. எனவேதான் குழந்தைகளின் பொழுதுபோக்கு அம்சங்கள், அவர்களை மகிழ்விப்பதாக இருக்கவேண்டும்; அதோடு அவர்களுக்குப் பயிற்சி பட்டறையாகவும் இருக்கவேண்டும் என்று நரேந்திர மோடி விரும்பினார்.

இதன் விளைவாக உருவானதுதான் 'கங்காரியா குழந்தைகள் நகரம்'. மற்ற குழந்தைகள் பூங்கா அனைத்துமே பெரும்பாலும் பொழுதுபோக்கு அம்சங்களை மட்டுமே கொண்டு அமைக்கப்பட்டுள்ளன. ஆனால் கங்காரியா குழந்தைகள் நகரம் அப்படிப் பட்டதல்ல.

நாம் எல்லோருமே ஐஸ்கீரிம் சாப்பிடுவோம். ஆனால் அது எப்படித் தயாரிக்கப்படுகிறது என்பது நம்மில் பலருக்கும் தெரியாது. ஆனால், குழந்தைகளே ஐஸ்கிரீம் தயாரித்து மற்றவர்களுக்குச் சாப்பிடக் கொடுத்தால் எப்படி இருக்கும்?

கங்காரியா குழந்தைகள் நகரில் இதுதான் நடக்கிறது.

வானொலி நிலையம்

இந்தக் குழந்தைகள் நகரில் நுழைந்தவுடனேயே நம்மை வரவேற்கிறது ஓர் எப்.எம். வானொலி நிலையம். குழந்தைகளே அமர்ந்து மைக்கில் பேசுவது முதல் அது எப்படி வானொலிப் பெட்டியில் கேட்கிறது என்பதுவரை அனைத்தும் குழந்தைகளுக்குப் புரியும் வகையில், ஒவ்வொரு நிலையிலும் அவர்களே அமர்ந்து செய்யும்வகையில் இந்த வானொலி நிலையம் அமைக்கப்பட்டு உள்ளது.

இந்த வானொலி நிலையத்தினுள் நுழைந்தவுடன் குழந்தைகளை சந்தோஷம் பற்றிக்கொள்கிறது. அவர்களுக்கு வசதியாகவே இருக்கைகளும் அமைக்கப்பட்டுள்ளன. அந்த இருக்கைகளில் குழந்தைகள் அமர்ந்து மைக்கில் பேசும்போது, அவர்கள் உள்ளத்திலும் மகிழ்ச்சி பொங்குகிறது. அதோடு அவர்கள் அது எப்படிச் செயல்படுகிறது என்பதையும் இயல்பாகவே தெரிந்து கொள்கின்றனர்.

இதுபோலவே தினசரி காலையில் நாம் வாசிக்கும் நாளிதழ்கள் எப்படி அச்சாகின்றன என்பதையும் குழந்தைகள் புரிந்துகொள்ளும் வகையில் செயல் விளக்கம் அளிக்கப்படுகிறது. குழந்தைகளே பத்திரிகையை உருவாக்கும் வசதியும் இங்கு உள்ளது.

நீதிமன்றம்

இது மட்டுமல்ல, கங்காரியா குழந்தைகள் உலகத்தில் காவல் நிலையம், நீதிமன்றம், சிறைச்சாலை போன்றவையும் உள்ளன. காவல் நிலையத்தில் குழந்தைகள் காவலர்களாக, இன்ஸ்பெக்டராக, பாவனைக் குற்றவாளிகளை விசாரிப்பது, நீதிமன்றத்தில் நீதிபதி இருக்கையில் அமர்ந்து திருடனுக்குத் தண்டனை கொடுப்பது, அங்கே வழக்கறிஞராக வாதாடுவது, இறுதியில் தண்டனை கிடைத்த குற்றவாளியை ஜெயில் கம்பிகளுக்குப் பின்னால் அடைப்பது வரை செய்கின்றனர்.

ஒரு கட்டடத்தில் தீப்பிடித்துக் கொண்டால், அந்தக் கட்டடத்தி லிருந்து எப்படித் தப்பிப்பது, எரிகின்ற தீயை எப்படி அணைப் பது, அப்போது எவ்வாறு கவனமாக இருக்கவேண்டும் என்ப தெல்லாம் குழந்தைகளை இணைத்துச் செய்து காண்பிக்கப் படுகிறது.

தீயணைப்பு நிலையம் எப்படிச் செயல்படுகிறது, தீயணைப்பு வீரர்கள் எப்படிச் செயல்படுகிறார்கள், தீயணைப்பு வாகனம் எப்படிச் செயல்படுகிறது போன்ற அனைத்து அம்சங்களும் விலாவாரியாகச் செய்து காண்பிக்கப்படுகின்றன.

இதுபோல, ஆம்புலன்ஸ் வாகனத்தின் முக்கியத்துவம், அது எப்படிச் செயல்படுகிறது போன்றவையும் செய்து காண்பிக்கப் படுகின்றன. குழந்தைகளை ஆம்புலன்ஸ் வாகனத்தில் அமர வைத்து அழைத்துச் சென்று செயல் விளக்கம் காண்பிக்கப் படுகிறது.

சேமிக்கும் பழக்கம்

இதுபோன்றே ஒவ்வொரு அரசு அலுவலகமும் எப்படிச் செயல் படுகிறது என்பதைச் செயல் விளக்கம் மூலமாகக் குழந்தை களுக்குப் புரிய வைக்கிறார்கள். ஒரு வங்கி எப்படிச் செயல்படு கிறது என்பதையும் செயல் விளக்கமாகக் காண்பிக்கிறார்கள். எப்படி வங்கிக் கணக்கு தொடங்குவது, எப்படி வங்கிக்குச் சென்று பணம் கட்டுவது போன்றவை 'மாதிரி வங்கி' மூலம் செய்துகாட்டப்படுகின்றன. இதன்மூலம் குழந்தைகளுக்கு சேமிக்கும் எண்ணம் விதைக்கப்படுகிறது.

எல்லாவற்றுக்கும் மேலாக வருமான வரி அலுவலக மாதிரி ஒன்றும் அமைக்கப்பட்டுள்ளது. இங்கு அரசின் வரிப்பணம் எவ்வாறு வசூலிக்கப்படுகிறது, எவ்வாறு செலவிடப்படுகிறது உள்பட பல அம்சங்கள் விளக்கப்படுகின்றன. இதனுள் நுழையும் ஒவ்வொரு குழந்தையின் மனத்திலும் வருமான வரியைத் தவறாமல் செலுத்தவேண்டும் என்ற எண்ணம் ஏற்படுகிறது. அதோடு தங்களின் பெற்றோர் வருமான வரியை முறையாகக் கட்டிவருகின்றனரா என்று கேட்கவும் தொடங்குகிறது.

அதாவது, பொறுப்புள்ள ஒரு சமுதாயத்தை உருவாக்கும் முயற்சி இங்கிருந்தேதான் தொடங்குகிறது.

இங்கு அமைக்கப்பட்டுள்ள ஒவ்வொரு மாதிரி அலுவலகத்துக் குள்ளும் நுழையும் குழந்தைகள் மனத்திலும், அந்தந்தத் துறை சார்ந்த செயல்பாடுகள், அந்தத் துறைகளின் முக்கியத்துவம் போன்றவை இயல்பாகவே பதிந்துவிடுகின்றன.

எதிர்கால லட்சியமாக எந்தத் துறையைத் தேர்வு செய்யலாம் என்பது அந்தக் குழந்தையின் மனத்தில் துளிர்விடும் இடமாகவும் இது அமைகிறது.

மோடியுடன் நேருக்கு நேர்

இந்தக் குழந்தைகள் நகரில் நுழைந்து ஒவ்வொரு பகுதிக்கும் சென்றுவிட்டு, கடைசியாக நுழையும் அரங்கம், குழந்தைகளை மட்டுமல்ல, அவர்களின் பெற்றோர்களையும் ஆச்சரியத்தில் ஆழ்த்துகிறது. ஆமாம். இங்குதான் முதல்வர் நரேந்திர மோடி யுடன் குழந்தைகள் நேரடியாகக் கேள்விகளைக் கேட்கின்றன. அவற்றுக்கு, அந்தக் குழந்தை அமர்ந்திருக்கும் இருக்கையின் எதிரே அமர்ந்திருக்கும் நரேந்திர மோடி பதில் சொல்கிறார்.

அப்படித்தான் திரையில் தெரிகிறது.

ஸ்டூடியோவினுள் நுழையும் குழந்தை அங்குள்ள இருக்கையில் அமர்கிறது. அந்தக் குழந்தை மூன்று கேள்விகளைக் கேட்க அனுமதிக்கப்படுகிறது. குழந்தைகள் கேட்கும் இது போன்ற கேள்விகளுக்கு, ஏற்கெனவே நரேந்திர மோடி வழங்கிய பதில்களைத் தயாராக வைத்துள்ளனர்.

இப்போது ஒரு குழந்தை மூன்று கேள்விகளைக் கேட்டதும், அதற்காக நரேந்திர மோடி ஏற்கெனவே அளித்த பதில்களி லிருந்து தேர்வு செய்து அவற்றை நவீனத் தொழில்நுட்ப முறை யில் இணைத்து, குழந்தையுடன் நரேந்திர மோடி நேரடியாகப் பேசுவதுபோலத் திரையில் தோன்றும்படிச் செய்கின்றனர். குழந்தை மட்டுமே ஸ்டூடியோவில் அமர்ந்திருக்கும். ஆனால் திரையில் நரேந்திர மோடியுடன் அந்தக் குழந்தை உரை யாடிக்கொண்டிருப்பதாகக் காட்சிகள் ஓடும்.

அதோடு இந்தக் கேள்வி பதில் காட்சிகளை டிவிடியில் பதிவு செய்தும் கொடுக்கின்றனர். நரேந்திர மோடியுடன் குழந்தை பேட்டி கண்ட காட்சிகளை வீட்டில் போய் போட்டுப் பார்க் கலாம்.

இதன் மூலம் மோடி, சிறு குழந்தைகளும் எளிதில் தொடர்பு கொள்ளும் எளிய மனிதராகத் தோன்றுகிறார்.

மொத்தக் குடும்பத்தினரின் மகிழ்ச்சியோடு, பொறுப்பான எதிர்காலத்துக்கு எளிதாக வித்திடப்படுகிறது.

மோடியின் கடிதம்

குஜராத்தில் புதிதாக வண்டி வாங்கினாலோ, ஓட்டுனர் உரிமம் பெற்றாலோ, RTO அலுவலகத்திலிருந்து குறிப்பிட்ட நபருக்குச் செல்லும் கடிதங்களுடன் நரேந்திர மோடியின் பிரத்தியேகமான ஒரு கடிதமும் செல்கிறது. அந்தக் கடிதத்தில் அவர், அந்த நபருக்கு வாழ்த்து கூறுவதோடு, அந்த குறிப்பிட்ட பகுதியின் காற்று மாசு அளவைக் குறிப்பிட்டு, கூடுமானவரை பொதுப் போக்குவரத்து வசதிகளைப் பயன்படுத்துமாறு அறிவுறுத்து வார்.

புவி வெப்பமடைதலைக் குறைப்பதற்காக மாநில அமைச்ச ரவையில் தனி இலாகாவை ஏற்படுத்தி குஜராத் மாநிலம் இந்தியாவிலேயே முதலிடத்தில் உள்ளது. இந்த அமைச்சகம், மாசுக் கட்டுப்பாட்டுத் துறை, தொழில்துறை மற்றும் பொது மக்களுடன் இணைந்து பல இயக்கங்களை நடத்தி வருகிறது.

மக்கள் மத்தியில் தேவையான விழிப்புணர்வை ஏற்படுத்து வதன்மூலம் பூமியை அழிவிலிருந்து காப்பதுதான் இந்த அமைச்சகத்தின் நோக்கம்.

இத்தகைய நடவடிக்கைகள், இந்தியாவுக்குப் புது வரவு!

10

பேரிடர் மேலாண்மை

ஜனவரி 26, 2001. இந்தியாவின் 51-வது குடியரசு தினத்தன்று, இந்தியாவின் முக்கால் பாகத்தில் நிலநடுக்கம் உணரப்பட்டது. நவீன இந்தியாவில் ஏற்பட்ட மிகக் கொடூரமான நிலநடுக்கம் இதுதான்.

ரிக்டர் அளவில் 7.7 என்று இருந்த இந்த நிலநடுக்கம் குஜராத்தின் கட்ச் பகுதியை மையமாகக் கொண்டிருந்தது. தெருக்களில் ஊர்வலமாக தேசபக்திப் பாடல்களைப் பாடிக்கொண்டு தேசியக் கொடு ஏற்றுவதற்காகப் பள்ளிக்கூடம் சென்றுகொண்டிருந்த சுமார் 250 மாணவர்கள் உட்பட சுமார் 20,000 பேர் இந்த நில நடுக்கத்தால் கொல்லப்பட்டனர்.

கட்ச் பகுதியிலிருந்து சுமார் 250 கி.மீ தூரத்தில் உள்ள அகமதாபாத்தில்கூட நூறுக்கும் மேற்பட்டோர் கொல்லப்பட்டார்கள் என்றால் அதன் பாதிப்பைச் சற்று நினைத்துப் பாருங்கள்.

குஜராத்தின் 80 சதவீதத்துக்கும் மேற்பட்ட இடங்கள் பாதிக்கப் பட்டன. மொத்தம் 21 மாவட்டங்கள் பாதிப்பைச் சந்தித்தன. கட்ச் மாவட்டத்தில் உள்ள 4 நகரங்களும் 400 கிராமங்களும் மிகக் கடுமையாக பாதிக்கப்பட்டன. அவற்றுள் பூஜ் நகரம் மிக மிகக் கடுமையாக பாதிக்கப்பட்டது. இங்கு சுமார் 7,000-க்கும் மேற்பட்டோர் இடிபாடுகளில் சிக்கி நொடியில் இறந்து போயினர். அந்த நகரமே அழிந்துபோனது. சுமார் 50 சதவீதத் துக்கும் அதிகமான வீடுகள், கடைகள், மருத்துவமனைகள் அனைத்தும் சீட்டுக் கட்டு மாளிகைபோலச் சட்டெனச் சரிந்துபோயின.

நிலநடுக்கத்தில் குஜராத்தில் ஏற்பட்ட பாதிப்புகள்

இறந்து போனவர்கள்: *18,253*
காயம் அடைந்தவர்கள்: *1,66,836*
பாதிக்கப்பட்ட கிராமங்கள்: *7,904*
பாதிக்கப்பட்ட தாலுக்காக்கள்: *182*

இதனைப் பார்த்தவர்களும் கேள்விப்பட்டவர்களும், 'கட்ச் அவ்வளவுதான். இது மீண்டெழ ஐம்பது ஆண்டுகளோ அல்லது பல ஜென்மங்களோ ஆகும்' என்று நினைத்தார்கள்.

ஆனால் நடந்ததைப் பாருங்கள்.

சில மாதங்களுக்கு உள்ளாகவே, மருத்துவமனைகள் சீரமைக்கப்பட்டு செயல்பாட்டுக்குத் திரும்பின. ஒரு வருடத்துக்கு உள்ளாகவே, சுமார் 42,678 வகுப்பறைகள் மாணவர்களுக்காகத் திரும்பவும் தயாராகிவிட்டன. ஆறேழு ஆண்டுகளில் பாதிக்கப்பட்ட சுமார் பதினொன்று லட்சம் வீடுகள் சீரமைக்கப்பட்டன. இவற்றில் சுமார் இரண்டு லட்சம் வீடுகள் புதிதாகக் கட்டப்பட்டவை.

பெரும்பாலான கிராமங்கள் இரண்டே ஆண்டுக்கு உள்ளாகச் சீரமைக்கப்பட்டன.

நிலநடுக்கம், கட்ச் பகுதி மக்களைக் கற்காலத்துக்கு எடுத்துச் சென்றது. ஆனால் மிகக் குறுகிய காலத்தில், வசதியான வீடுகள், அகன்ற சாலைகள், பொழுதுபோக்கு அம்சங்கள், நவீனத் தொழிற்சாலைகள் என்று இப்போது அந்தப் பகுதி, குஜராத்தின் ஒரு முன்னேறிய பகுதியாக மாறிவிட்டது.

2004-ம் ஆண்டு சுனாமி தமிழகத்தைத் தாக்கியபோது, குஜராத் தங்களுடைய மறுசீரமைப்பு நிபுணத்துவத்தைத் தமிழகத்துக்கு வழங்கியது; தேவையான அறிவுரைகளை அளித்தது.

உலகின் பல பகுதிகளில் பேரிடர் அழிவுகள் ஏற்பட்டால், அவர்கள் மறு சீரமைப்புப் பணியை ஆரம்பிப்பதற்குமுன், குஜராத்துக்கு வருகை தருகிறார்கள். கட்ச் பகுதியில் எப்படி மறு சீரமைப்புப் பணிகள் திட்டமிடப்பட்டன, நடைமுறைப்படுத்தப்பட்டன போன்ற விவரங்களை அறிந்து செல்கிறார்கள். ஆப்கானிஸ்தான், பாகிஸ்தான், வங்கதேசம், இலங்கை, ஈரான்

போன்ற நாடுகள், குஜராத்தின் படிப்பினைகளை அறிந்து கொண்டு தத்தம் நாடுகளில் மறுசீரமைப்புப் பணிகளைத் திட்டமிட்டுள்ளன.

2001-ம் ஆண்டு வெறும் கற்குவியல் ஆகிப்போன கட்ச் பகுதியில், 10 ஆண்டுகளில் சுமார் 300-க்கும் மேற்பட்ட கம்பெனிகள் புதிதாக நிறுவப்பட்டுள்ளன. இன்னும் பல கம்பெனிகள், அப்பகுதியில் தொழில் தொடர்பாகப் போட்டி போட்டு வருகின்றன.

2012வரை அப்பகுதிக்கு மட்டும் சுமார் 45,000 கோடி ரூபாய்க்கு மேலாக முதலீடுகள் வந்து சேர்ந்துள்ளன. கடந்த பத்தாண்டுகளில் மட்டும் சுமார் 1,10,000 புதிய வேலை வாய்ப்புகள் இங்கு உருவாகியுள்ளன.

என்ன, கேட்கவே மலைப்பாக இருக்கிறதா?

மோடி அரசு, அப்படி என்ன நடவடிக்கைகளைப் புதிதாக மேற்கொண்டது என்பதைச் சற்று பார்க்கலாம்.

பூகம்பம் ஏற்பட்ட உடனேயே இடிபாடுகளில் சிக்கியுள்ளோரை மீட்கும் பணி, வீடு இழந்தவர்களுக்குத் தாற்காலிக வீடுகளை அமைக்கும் பணி, நோய் தடுப்பு முயற்சிகள், உடலாலும் மனத்தாலும் காயம் பட்டோருக்கு மருத்துவம் பார்ப்பது போன்ற பல பணிகள் அசுர கதியில் நடந்தன.

பல்வேறு தன்னார்வத் தொண்டு நிறுவனங்கள் அரசுடன் சேர்ந்து தோளோடு தோளாக, மீட்பு மற்றும் நிவாரணப் பணிகளில் ஈடுபட்டன. இந்திய ராணுவமும் மீட்புப் பணியில் ஈடுபட்டது. தகவல் பரிமாற்றத்தைச் சரி செய்தல், கடற்படைக் கப்பல்களை தாற்காலிக மருத்துவமனைகள் ஆக்கி அவசர சிகிச்சைகளுக்கு உதவுதல் எனப் பல வகைகளில் பணியாற்றியது.

ஜப்பான், அமெரிக்கா மற்றும் பல நாடுகளிலிருந்தும் உதவிக் குழுக்கள் வந்து, பல்வேறு வழிகாட்டுதல்களை அளித்தன. மருத்துவ, நிவாரண நிதிகள் பல்வேறு உலக நாடுகளிடமிருந்து வந்து குவிந்தன.

இதற்கிடையே, பல நாடுகளிலிருந்து வந்திருந்த நிலநடுக்கம் பற்றிய ஆராய்ச்சியாளர்கள் பல குழுக்களாக கட்ச் மாவட்டத்தை முற்றுகையிட்டு பல்வேறு ஆராய்ச்சிகளை மேற்கொண்டனர்.

அவர்களின் பொதுவான கருத்து, பூகம்பத்தால் ஏற்பட்ட பாதிப்பைவிட, மனிதர்களின் அறிவின்மையால்தான் ஏராளமான உயிர்பலி ஏற்பட்டது என்பதாகும். முக்கியமாக, பூஜ் நகரில் தெருக்கள் மிகக் குறுகலாக இருந்தன. அது மாவட்டத்தின் தலைநகராக இருந்தபோதும், நகர் முழுதுமே பல்வேறு சந்து பொந்துகளாக அமைந்திருந்தன. பூகம்பம் ஏற்பட்டதும் கட்டடத்தை விட்டு வெளியேறியவர்களால்கூட உயிர் பிழைக்க முடியவில்லை. தெருவில் ஊர்வலமாகச் சென்ற பள்ளி மாணவர்கள் கொல்லப்பட்டதற்கும் குறுகிய தெருவும் பலவீனமான கட்டடங்களுமே காரணமாயின.

இடிந்துபோன பல கட்டடங்கள், கட்டிமுடித்து 5 முதல் 20 ஆண்டுகளே ஆகியிருந்தன. ஆனால், 20 ஆண்டுகளுக்கு முன்பு கட்டப்பட்ட பல கட்டடங்கள் பூகம்பத்தைத் தாக்குபிடித்து சேதாரம் இன்றி நின்றன. தரமான கட்டுமானப் பொருட்களைப் பயன்படுத்தாதது, இயற்கைச் சீற்றங்களை மனத்தில் வைத்துக் கட்டட வடிவமைப்புகளை மேற்கொள்ளாதது போன்றவையே இந்தப் பேரழிவுக்குக் காரணமாகக் கூறப்பட்டன. மேலும், பூகம்பம் போன்ற பேரழிவுகளைச் சமாளிக்கப் போதுமான முன்னெச்சரிக்கையில் யாருமே இல்லை என்றும் கூறப்பட்டது.

இந்த நிலநடுக்கத்தில், மிகச்சில மேல்நிலை நீர்தேக்கத் தொட்டிகளைத் தவிர பெரும்பாலானவை தப்பித்துக்கொண்டன.

பாதிக்கப்பட்ட மக்கள், சிறப்பு முகாம்களிலும் தாற்காலிக உறைவிடங்களிலும் தங்க வைக்கப்பட்டனர்.

பூஜ் நகரம் மிகக் கடுமையாகப் பாதிக்கப்பட்டதால், அது எப்படி மீண்டெழுந்தது என்பதைச் சற்று விரிவாகப் பார்க்கலாம்.

பூஜ் நகரத்தை எப்படி மீட்டெடுக்கலாம்?

இடிந்த கட்டடங்களை மீண்டும் கட்டி, உள்ளது உள்ளவாறே சமாளிக்கலாமா அல்லது புது நகரையே உருவாக்கி விடலாமா என்பது மிகப்பெரிய கேள்வியாக இருந்தது.

மக்கள் மன்றங்கள், தன்னார்வத் தொண்டு நிறுவனங்கள், பொதுமக்கள் போன்ற பல்வேறு தரப்பட்ட மக்களிடம் கருத்து கேட்கப்பட்டு, இறுதியாக தற்போது இருக்கும் நகரத்தையே சீரமைக்கலாம் என முடிவு செய்யப்பட்டது.

உடைந்த கட்டடங்களின் சேதாரங்களை மதிப்பிட ஒவ்வொரு பகுதிக்கும் சிறு சிறு குழுக்கள் அனுப்பப்பட்டன. அந்தக் குழுக்களில், ஓர் அரசு எஞ்சினியரும், ஓர் அரசு அதிகாரியும், தன்னார்வத் தொண்டு நிறுவனத்தைச் சேர்ந்த ஒருவரும் இருப்பார்கள். அவர்கள் சேதங்களை மதிப்பிட்டு, படங்களை எடுத்துக்கொள்வார்கள். அந்தக் குழுவின் மதிப்பீட்டை வீட்டின் உரிமையாளர் ஒப்புக்கொள்ளாதபோது, அரசு இன்னுமொரு குழுவை அனுப்பும்.

அனைத்துத் தெருக்களும் விசாலமாக்கப்படவேண்டும் என்பது அடிப்படைத் தேவையாக இருந்தது. தெருவின் இரு பக்கத் திலும் இருக்கும் வீடுகளின் நில அளவைப் பொருத்து மக்களிட மிருந்து நிலங்கள் பெறப்பட்டன. முழுவதுமாக இடிந்துபோன கட்டடங்களின் இடங்களும் பயன்படுத்திக்கொள்ளப்பட்டன. நகரின் அனைத்துத் தெருக்களும் விரிவுபடுத்தப்பட்டன.

மீண்டும் பூகம்பம் ஏற்பட்டால் அதிலிருந்து தப்பிக்க வீட்டை விட்டு வெளியில் வந்தால், இப்போது கட்டடம் இடிந்தாலும் தலையில் விழாது, தப்பித்துக்கொள்ளலாம்.

நகரின் எந்தப் பகுதியிலிருந்தும் பிரதான சாலைக்கு 500 மீட்டர் இருக்குமாறு, புதிய சாலைகளும், சுற்று வட்டச் சாலைகளும், ஆறு வழிச்சாலைகளும் அமைக்கப்பட்டன. இதுகூட பேரழிவிலிருந்து தப்பிப்பதற்கு உதவக்கூடும்.

இந்த துர்ப்பாக்கியமான சந்தர்ப்பம், பல ஆக்கபூர்வமான முயற்சிகளை மேற்கொள்ள அரசுக்கு உதவியது.

முன்பெல்லாம், குளம் போன்ற பல நீர் ஆதாரங்களுக்கு இடையே இணைப்புகள் இருந்ததால் அவை, குடிநீருக்கும் விவசாயத்துக்கும் சிறப்பாகப் பயன்பட்டன. ஆனால் அவை நாளடைவில் நலிந்துபோயின. நகரைச் சீரமைக்கும்போது, இவையும் கணக்கில் எடுத்துக்கொள்ளப்பட்டு நீராதாரங்களும் சீரமைக்கப்பட்டன.

ஆசிய வளர்ச்சி வங்கி (ADB), உலக வங்கி (WB) போன்ற நிறு வனங்கள், பூகம்பச் சீரமைப்புக்குக் கடன் கொடுத்து உதவின. மத்திய அரசும் மாநில அரசும் தேவையான நிதியை ஏற்பாடு செய்தன.

உலக வங்கியுடனும் ஆசிய வளர்ச்சி வங்கியுடனும் கடனுக்குப் பேச்சுவார்த்தை ஆரம்பித்து, பூகம்பம் ஏற்பட்ட ஒரு மாதத்துக்கு உள்ளாகவே ஒப்பந்தங்கள் கையெழுத்தாகின. இரண்டு வங்கிகளுக்கும் இது ஒரு பெரும் சாதனையாக அமைந்தது.

வீடு இழந்தவர்களுக்கு அரசு செலவில், வீட்டின் உரிமையாளரே வீட்டைக் கட்டிக்கொள்ளும் சுதந்தரம் கொடுக்கப்பட்டது. இது ஒரு முன்னோடியான முயற்சியாகக் கருதப்படுகிறது. இது லஞ்சங்களை வெகுவாகக் களைய உதவியது.

நகரின் பல பகுதிகளில் பூங்காக்கள் ஏற்படுத்தப்பட்டன. உடைந்த பள்ளிக்கூடங்களைச் சரி செய்ததோடு புதிதாகக் கல்விக்கூடங்கள் உருவாக்கப்பட்டன. வழிபாட்டுத் தலங்கள் புனரமைக்கப்பட்டன. முழுவதுமாக அழித்துபோனவை புதி தாகக் கட்டப்பட்டன.

புனரமைக்கப்பட்ட நவீன வசதிகளுடன் கூடிய பூஜ் விமான நிலையம் 2003-ல் நரேந்திர மோடியால் திறக்கப்பட்டது.

மத்திய அரசின் நிதியுடனும் நியூசிலாந்து அரசின் நிதி உதவியுட னும், பூகம்பத்தில் அழிந்துபோன பூஜ் அரசு மருத்துவமனை புதிதாகக் கட்டப்பட்டது. இதன் சிறப்பம்சம் என்னவென்றால், இது பூகம்பத்தால் பாதிக்கப்படாதவாறு கட்டப்பட்டுள்ளது. நியூசிலாந்து நிறுவனங்கள் இதற்குத் தேவையான தொழில்நுட்ப உதவிகளை வழங்கின.

பூகம்பத்தின்போது, சுமார் 176 பேரை காவுகொண்ட இந்த மருத்துவமனை, இனிமேல் எப்போதாவது பூகம்பம் ஏற்பட்டால், நடந்துகொண்டிருக்கும் அறுவை சிகிச்சைகூட தடைபெறாமல் நடைபெறும்.

நகரின் குடிநீர் தேவைகளைச் சரிக்கட்ட, 2003 முதல் நர்மதை நதியிலிருந்து குழாய்கள்மூலம் தண்ணீர் கொண்டுவரப்படுகிறது.

பூஜ் நகரம் சுற்றுலாவுக்குப் பெயர் போனதால், பூகம்பத் துக்குப்பின் எஞ்சியுள்ள புராதனச் சின்னங்களைப் பாதுகாக்க நடவடிக்கைகள் மேற்கொள்ளப்பட்டன.

இனிமேல் இப்படி ஓர் இயற்கைப் பேரழிவு ஏற்பட்டால் எப்படி அதனை எதிர்கொள்வது, எப்படிச் சேதாரங்களைக் குறைப்பது என்ற வகையில்தான் மோடி அரசு செயல்பட்டுள்ளது.

மக்களுக்குத் தேவையான இடவசதி தயார். தண்ணீர் வசதி தயார். தொழில்களை இழந்ததால் வருமானத்தை இழந்தவர்களின் வருமானத்துக்கு என்ன வழி?

தொழிற்சாலைகளை பூஜ் நகருக்கு மட்டுமல்ல, மாவட்டம் முழுவதுமே கொண்டுவருவதுதான் ஒரே வழி என்று முடிவெடுத்தனர். ஆனால் 2001-ம் ஆண்டுவரை குஜராத்தின் மற்ற பகுதிகளைக் காட்டிலும் இப்பகுதி அதிகம் பின்தங்கிய பகுதியாக இருந்தது.

எனவே, அங்கே தொழில் தொடங்கினால் முதல் ஐந்து ஆண்டுகளுக்கு வரி விலக்கு என்ற திட்டத்தை மோடி அரசு அறிவித்தது. அதன்பின் ஒரே கூட்டமாகத் தொழிலதிபர்கள் அந்தப் பகுதிக்கு வரத் தொடங்கினர். அதுவரை ராணுவ அதிகாரிகளை மட்டுமே அதிகமாகப் பார்த்துவந்த பூஜ் விமான நிலையம், உள்நாட்டு, வெளிநாட்டுத் தொழிலதிபர்களைக் காணத் தொடங்கியது.

இப்போது, கட்ச் பகுதி, Submerged Arc Welded (SAW) குழாய் தயாரிப்பில் உலகிலேயே முதலிடத்தில் உள்ளது.

இங்குள்ள, காண்ட்லா மற்றும் முந்த்ரா துறைமுகங்கள், மிக அதிக அளவில் சரக்குகளைக் கையாளும் திறனைப் பெற்றுள்ளன. சரக்குகளை கையாளும் அளவில் இவை விரைவில் இந்தியாவில் முதலிடத்தைப் பெறும் வாய்ப்பு உள்ளது. ஆதானி குழுமத்தின் பங்களிப்பு இதில் சிறப்பாக இருப்பதாகக் கருதப்படுகிறது.

இதைத்தவிர எஸ்ஸார், சுஸ்லான், சாங்கி, வெல்ஸ்பன், வீடியோகான் போன்ற பெரிய நிறுவனங்கள் பலவும் இங்கு தங்கள் தொழில்களைத் தொடங்கியுள்ளன.

2012-ம் ஆண்டு நிலவரப்படி சுமார் 15 தொழிற்பேட்டைகளும் தொழிற்பூங்காக்களும் அங்கு உள்ளன. மோடி அரசின், வைப்ரண்ட் குஜராத் எனப்படும் உலக முதலீட்டாளர்கள் மாநாட்டை இத்தகைய நம்ப முடியாத பிரமாண்டமான மீட்டெழுச்சிக்கு ஒரு முக்கியமான காரணமாகக் கருதலாம்.

வருடந்தோறும் டிசம்பர் மத்தியில் ஆரம்பித்து ஜனவரி மாதம் முழுவதும் நடக்கும் 'ரண் உத்சவ்', கட்ச் பகுதியைக் களைகட்டச்

செய்துவிடுகிறது. மோடி அரசால் உத்வேகம் அளிக்கப்பட்டு பிரம்மாண்டமாகக் கொண்டாடப்படும் இந்தப் பாலைவன திருவிழா, உள் நாட்டினரைத் தவிர பல வெளிநாட்டினரையும் கவர்ந்து வருகிறது.

வைப்ரண்ட் குஜராத் மாநாடு நடைபெறும் நேரத்தில் இந்தத் திருவிழா நடத்தப்படுகிறது. எனவே, அந்த மாநாட்டுக்கு வருகை தரும் பெரும்பாலான முதலீட்டாளர்கள் இந்தத் திருவிழாவையும் பார்த்துச் செல்கின்றனர்.

கட்ச் பகுதியின் பாரம்பரியக் கலைகளை மட்டுமல்லாது, எப்படி பூகம்பத்திலிருந்து தாங்கள் மீண்டுவிட்டோம் என்பதைச் சொல்வதுபோல இந்தத் திருவிழா அமைந்திருக்கிறது.

பேரழிவுகளை எதிர்கொள்ள மக்களைத் தயார்படுத்துதல்

2001-ம் ஆண்டு ஏற்பட்ட பூகம்பத்தைத் தொடர்ந்து பல்வேறு முன்னெச்சரிக்கை நடவடிக்கைகளை குஜராத் அரசு மேற் கொண்டு வருகிறது. அம்மாநிலத்தின் பெரும் பகுதி, பூகம்பம் தாக்கும் மிக அபாயகரமான பகுதியில் (Zone 5) இருப்பதால், மக்களை எத்தகைய இயற்கைச் சீற்றங்களையும் எதிர்கொள்ளத் தயார்படுத்தவேண்டியது அரசின் மிக அடிப்படையான கடமைகளில் ஒன்று.

குஜராத் மாநில பேரிடர் மேலாண்மை முகமை (Gujarat State Disaster Management Authority) என்ற அமைப்பு, 2001 கட்ச் பூகம்ப நிவாரணப் பணிகளுக்காக மட்டும் என்று ஆரம்பிக்கப்படவில்லை. அது ஓர் ஆரம்பம் மட்டுமே. அதனைத் தொடர்ந்து வேறு பல அமைப்புகளும் ஆரம்பிக்கப்பட்டு, நிவாரணப் பணிகள் வெற்றிகரமாக முடிக்கப்பட்டன.

பூகம்பம் ஏற்படுவதைக் கண்டுபிடிக்க, 2012-ம் ஆண்டு நிலவரப்படி, மாநிலம் முழுதும் சுமார் 40 இடங்களில் கருவிகள் வைக்கப்பட்டு, 24 மணி நேரமும் கண்காணிக்கப்படுகிறது.

பூகம்பம், புயல் காற்று, சுனாமி போன்ற இயற்கை நிகழ்வுகள் குறித்த விழிப்புணர்வைப் பள்ளி மாணவர்களிடையே ஏற் படுத்த, பள்ளிப் பாடத்திட்டத்தில் இவை குறித்த பாடங்கள் சேர்க்கப்பட்டுள்ளன.

பல தன்னார்வத் தொண்டு நிறுவனங்களுடன் சேர்ந்து தொடர்ந்து மக்களுக்குக் கருத்தரங்குகள் மற்றும் கூட்டங்கள் மூலமாக விழிப்புணர்வு ஏற்படுத்தப்பட்டு வருகிறது. அரசு ஊழியர்களுக்கு சிறப்புப் பயிற்சி அளிக்கப்படுகிறது. அதனால் அவர்கள் பேரழிவுகள் ஏற்படும்போது திறமையாகச் செயல்பட முடியும்.

இதோடு நில்லாமல் பூகம்பத்தை பற்றிய படிப்பு மற்றும் ஆராய்ச்சிகளை மேற்கொள்ள, அதற்கென்று பிரத்தியேகமாக, பூகம்பவியல் கழகம் (Seismology Institute) ஒன்றை மோடி அரசு ஆரம்பித்துள்ளது.

இந்த பூகம்பத்தின் பிறகான நிவாரணத்தைச் சிறந்த முறையில் செய்ததற்காக, சிறந்த பேரிடர் மேலாண்மை விருதான 'சாசகாவா விருது', ஐக்கிய நாடுகள் சபையால் குஜராத்துக்கு வழங்கப்பட்டுள்ளது.

CAPAM மற்றும் உலக வங்கி போன்ற அமைப்புகளும் இந்த சாதனையைப் பாராட்டி பரிசுகள் வழங்கியுள்ளன.

★

இயற்கையால் நம்மால் கட்டுப்படுத்த முடியாது. நில நடுக்கம் மிக அதிகமாக ஏற்படக்கூடிய பகுதி என்றாலும் நம் முன்னேற் பாடுகளால் எந்த அளவுக்கு உயிரிழப்புகளைக் குறைக்க முடியும், சொத்து சேதங்களைத் தடுக்க முடியும், பேரிடரை அடுத்து எவ்வளவு விரைவில் மீண்டும் எழுந்து நிற்க முடியும் என்பதுதான் முக்கியம். அந்தத் துறையில் மோடியின் குஜராத் மிகத் துடிப்புடன் செயல்படுகிறது என்றே சொல்லவேண்டும்.

11

தலைமைத்துவம்

குஜராத்திலும் சரி, வெளி மாநிலங்களிலும்சரி, பெரும்பாலும் எல்லோருமே சில கேள்விகளை மீண்டும் மீண்டும் கேட்கிறார்கள்.

இதே அரசு அதிகாரிகளும் ஊழியர்களும் பல்வேறு முதலமைச்சர்களின்கீழ் வேலை செய்துள்ளனர். ஆனால் கடந்த 10 ஆண்டுகளாக மட்டும் எப்படி அவர்களால் திட்டங்களைத் திட்டமிட்ட சமயத்திலோ அல்லது முன்னதாகவோ முடிக்க முடிகிறது? எப்படி அவர்களால் லஞ்சம் வாங்காமல் பணியாற்ற முடிகிறது? எப்படி அவர்களால் கடினமான பணிகளைக் கூட எளிதாக முடிக்க முடிகிறது? எப்படி அவர்களுக்கு, திடீரென்று குஜராத்தை முன்னேற்றியே தீரவேண்டும் என்கிற உறுதி வந்துள்ளது? எப்படிப் புதிய புதிய முயற்சிகளைச் செய்துபார்க்க முடிகிறது? ரிஸ்க் எடுக்கும் தைரியம் எப்படி வந்துள்ளது? எப்படி அவர்களுக்குள், முன்னேறிய நாடுகளுடன் போட்டி போடும் திறன் வந்தது? எப்படி அவர்களுக்கு, அரசு வேலையிலும் சாதிக்க முடியும் என்ற நம்பிக்கை வந்தது?

அனைத்துக் கேள்விகளுக்கும் ஒரே பதில், நரேந்திர மோடி என்பவரின் தன்னிகரற்ற தலைமை என்பதுதான்.

நரேந்திர மோடி குஜராத்தை ஒரு வெற்றிகரமான கார்ப்பரேட் கம்பெனி போல் நடத்துகிறார் என்று கேள்விப்பட்டிருப்பீர்கள். இது அவரது நுணுக்கமான, திடமான திட்டமிடலைக் குறிப்பிடுவதாகக் கருதலாம்.

சிந்தனை முகாம்

வெற்றிகரமாகப் பல்வேறு திட்டங்களை நிறைவேற்றுவதற் கான காரணங்களில் ஒன்றாக, மோடியின் கலந்தாலோசிக்கும் பண்பு கருதப்படுகிறது.

அதற்கு ஆதாரமாக, நரேந்திர மோடி ஆண்டுதோறும் நடத்தும் சிந்தனை முகாமை (சிந்தன் ஷிபிர்) சொல்லலாம். இந்த மூன்று நாள் முகாமில், நரேந்திர மோடி உள்பட அனைத்து அமைச்சர் களும், அரசின் உயர் அதிகாரிகளும், கலெக்டர்களும், மாவட்ட டெவலெப்மெண்ட் அதிகாரிகளுமாக சுமார் 200 பேர் கலந்து கொள்கின்றனர். இந்த முகாம் பொதுவாக நகருக்கு வெளியே அமைதியான சூழலில் நடைபெறுகிறது.

யோகா மற்றும் தியானப் பயிற்சியோடு ஆரம்பிக்கும் இந்தப் பயிற்சி முகாமில் மோடியும் மற்ற அதிகாரிகளோடு சேர்ந்து இந்தப் பயிற்சிகளில் ஈடுபடுகிறார்.

இந்த முகாமில் முக்கியமாக, கடந்த ஆண்டின் வெற்றி, தோல்விகள் அலசப்படுகின்றன. மாநிலத்தின் முக்கிய நிர்வாகி கள் இதில் பங்கேற்பதால், படிப்பினைகளைப் பறிமாறிக் கொள்ளும் தளமாக இது விளங்குகிறது.

மேலும், அதிகாரிகள், அரசியல்வாதிகள் என்ற வேறுபாடு இன்றி அனைவரும் மக்களுக்குச் சேவை செய்வதற்குத்தான் திரண்டுள்ளோம் என்ற உறுதி நிலை நாட்டப்படுகிறது.

இந்த முகாமில், தற்போது மாநிலத்தில் என்னென்ன பிரச்னைகள் உள்ளன, எந்தப் பிரச்னை உடனடியாகத் தீர்க்கப்படவேண்டும், எந்தெந்தத் திட்டங்களை வரும் ஆண்டில் செயல்படுத்தலாம், அவற்றைச் செயல்படுத்துவதில் என்னென்ன சவால்கள் உள்ளன, அவற்றை எதிர்கொள்வது எப்படி போன்றவை மிக ஆழமாக விவாதிக்கப்படுகின்றன.

இந்த விவாதங்களின் அடிப்படையில், வரும் ஆண்டுக்கான குறிக்கோள், துறைவாரியாக எட்டப்படுகிறது.

இத்தகைய அணுகுமுறை, மோடியின் வெற்றிக்கு மிக அடிப் படையான காரணம் ஆகும். யார் யார் திட்டத்தைச் செயல் படுத்தப் போகிறார்களோ அவர்களைத் திட்டமிடலிலும்

சுதந்தரமாக ஈடுபட வைப்பதன் மூலம் அவர்களின் சாதிக்கும் உணர்வை மோடி தூண்டிவிடுகிறார். வருடாந்திர 'கன்யா கேலவாணி' நிகழ்ச்சியின்போது பெண் குழந்தைகளைப் பள்ளிக்கு அனுப்பக் கோரி குஜராத்தின் கிராமங்களுக்கு நூற்றுக் கணக்கான ஐ.ஏ.எஸ், ஐ.பி.எஸ் அதிகாரிகள் எவ்விதம் செல்கிறார்கள்? அவர்களுக்கு அந்த உணர்வு எவ்விதம் வந்தது? சிந்தித்துப் பார்க்கவேண்டிய ஒன்று இது.

சிந்தனைப் பயிற்சி முகாமில், மிக முக்கியமாக மோடி, தனது கனவை, லட்சியத்தை நேரடியாக அதனைச் செயல்படுத்தப் போகும் அதிகாரிகளோடு பகிர்ந்துகொள்வதோடு, அவர்களது சந்தேகங்களைத் தீர்த்து, அனைவரையும் ஒரே லட்சியமான முன்னேறிய குஜராத்தை நோக்கி அழைத்துச் செல்கிறார்.

இது இந்தியாவில் வேறு எந்த மாநிலத்திலும் காணமுடியாத ஒன்று.

இடமாற்றம்

இன்னுமொரு வித்தியாசம், அரசு அதிகாரிகளின் 'இடமாற்றம்' என்பது தண்டனையாகவோ அல்லது ஆயுதமாகவோ குஜராத்தில் பயன்படுத்தப்படுவதில்லை.

அதிகாரிகளுக்கு அவர்கள் குறிக்கோளை அடையத் தகுந்த கால அவகாசம் கொடுக்கப்படுகிறது. குறைந்தது இரண்டு அல்லது மூன்று ஆண்டுகள் அவர்கள் ஒரே பொறுப்பில் இருப்பதால், அரசும், அந்த அதிகாரியும் நினைத்த நல்ல மாற்றங்களைக் கொண்டுவர முடிகிறது.

குஜராத்தில் நான் சுற்றுப்பயணம் செய்தபோது, பல தென்னிந்திய, குறிப்பாக தமிழகம் மற்றும் கேரளத்தைச் சேர்ந்த உயர் அதிகாரிகளைப் பார்க்க முடிந்தது. பலர் அங்கே பத்துக்கும் மேற்பட்ட ஆண்டுகளாகப் பணியாற்றி வருபவர்கள். சுதந்தரமாக, அரசியல் கலப்பில்லாமல் மக்களின் முன்னேற்றத்துக்காக மட்டுமே செயல்படும் சூழ்நிலை உள்ளதால், அவர்கள் கால நேரங்களைப் பற்றிக் கவலைப்படாமல், குறிக்கோளை நோக்கித் திடமாக முன்னேறுகிறார்கள்.

கடந்த 9 ஆண்டுகளில் (2012 கணக்குப்படி) மாநிலக் கல்வித் துறை வெறும் மூன்று செயலர்களை மட்டுமே கண்டுள்ளது.

மற்ற மாநிலங்களில் ஆண்டுக்கு ஆண்டு புதுச் செயலளர்களைப் பார்க்கும் நிலைதான் உள்ளது.

அகமதாபாத் மாநகராட்சியின் ஓர் உயரதிகாரியிடம் பேசிக் கொண்டிருந்தபோது அவர், 'நாங்கள் எல்லாம் அரசு அதிகாரிகள் அல்லர், செயல் வீரர்கள்' என்று சொன்னார். பல்வேறு கடினமான திட்டங்களைச் செயல்படுத்திக்கொண்டிருந்தபோதும்கூட அவரிடம் காணப்பட்ட உறுதித்தன்மை, நம்பிக்கை போன்றவை, ஓர் அரசு அதிகாரியுடன் பேசும் உணர்வைக் கொடுக்காமல், வேகமாக முன்னேறிவரும் ஓர் இளம் தொழிலதிபரிடம் பேசியது போன்றே இருந்தது. ஒரு சிறந்த தேசப் பற்று மிக்க தலைவரிடம் பேசியது போன்ற உணர்வையும் அது ஏற்படுத்தியது.

கர்மயோகி பயிற்சி

2004-ம் ஆண்டிலிருந்து கிளாஸ் 1 மற்றும் கிளாஸ் 2 அரசு அதிகாரிகளுக்கு 'கர்மயோகி பயிற்சி' கட்டாயமாக்கப்பட்டுள்ளது. இந்தப் பயிற்சி முகாமில், அரசு அதிகாரிகளும் ஆசிரியர்களும் கலந்துகொள்கின்றனர். இதன்மூலம் அவர்களுக்குத் தங்கள் வேலையைச் சிறப்பாகச் செய்யப் பயிற்சி அளிக்கப்படுகிறது.

இதில் மாநிலத்தில் உள்ள 2.25 லட்சம் அரசு ஊழியர்கள் கலந்து கொள்கின்றனர்.

இந்தப் பயிற்சி முகாம், அரசு அதிகாரிகளை, மக்களை நோக்கிச் சென்று, மக்கள் பணியாற்றச் செய்துவருகிறது என்றால் மிகையல்ல.

தைரியம்

குஜராத்தின் நகர மேம்பாட்டு வருடமான 2005-ம் ஆண்டு ஒரு பெரிய அதிசயம் நடந்தது. அந்த ஆண்டு மோடி, உள்ளாட்சித் தேர்தலைச் சந்தித்தபோதும், சுமார், இரண்டு லட்சம் ஹெக்டேர் அரசு நிலத்தை ஆக்கிரமிப்பாளர்களிடமிருந்து மீட்டெடுத்தார். இவை அனைத்தும் நகரப் பகுதிகளைச் சார்ந்தது என்பது குறிப்பிடத்தக்கது.

மக்களுக்கு மக்களைக் கொண்டு தொண்டு செய்

நம்மூர்களில், பெரும்பாலான அரசுத் திட்டங்கள் ஏன் தோற்றுப் போகின்றன என்று அனைவருக்குமே தெரியும். ஏன் குறிப்பிட்ட திட்டத்தைத் தீட்டுகிறார்கள்? இதனால் மக்களுக்கு என்ன

நன்மை? 'மக்களே, உங்களுக்கு இத்திட்டம் கண்டிப்பாக வேண்டுமா?' என்று யார் சிந்திக்கிறார்கள்?

என்னிடம் அரசு இருக்கிறது, என்னால் எப்படியாவது அந்த வங்கி, இந்த வங்கி அல்லது உலக வங்கியிடமிருந்து பணத்தைப் பெற்று வந்து திட்டத்தை நடைமுறைப்படுத்தியே தீருவேன். அப்போதுதான் என் கட்சிக்காரர்கள் சந்தோஷமாக இருப்பார்கள். அந்த மகிழ்ச்சி, திட்டத்தின் பயனாலா அல்லது அங்கே புரளும் பணத்தாலா?

மோடி அரசின் மிக அடிப்படைச் சித்தாந்தமான, 'மக்களுக்கு மக்களைக் கொண்டு தொண்டு செய்' என்பதை அவருடைய எல்லாத் திட்டங்களிலும் காணமுடிகிறது. மக்கள், எந்தத் திட்டத்தையும் தங்கள் திட்டமாகப் பார்க்கவேண்டும். தங்கள் கனவு நனவாகப் போவதுபோல் எண்ணி, தங்களின் பங்களிப்பை எவ்வளவு முடியுமோ அவ்வளவு கொடுக்கவேண்டும். அது தங்கள் திட்டம்தான், அதற்குச் செயல் வடிவம் கொடுக்க அரசு உதவி மட்டுமே செய்கிறது என்ற வகையில்தான் அவர்கள் சிந்திக்கவேண்டும்.

அதனால் தான், எந்தத் திட்டத்தையும் ஆரம்பிக்கும்போது, வெறும் அறிவிப்பு அல்லது நிதி ஒதுக்கீட்டோடு மட்டும் நின்று விடாமல், பல மட்டங்களிலும் அந்தத் திட்டம் குறித்து விவாதிக்கப்படுகிறது. இத்தகைய நடவடிக்கைகளில் அரசியல் வாதிகளின் பங்களிப்பு மிகக் குறைவாக இருந்தாலும், தன்னார்வத் தொண்டு நிறுவனங்கள், பயனாளிகள் மன்றங்கள் ஆகியோரின் பங்களிப்பு, அரசு அதிகாரிகளின் கடும் உழைப்பு ஆகியவை மிகுதியாக இருக்கின்றன.

நான் குஜராத்தில் சுற்றுப்பயணம் செய்தபோது, பொதுவாக எந்தத் திட்டத்தைப் பற்றிப் பேசினாலும், எல்லாருமே, 'இது நரேந்திர மோடியின் கனவுத் திட்டம். இத்திட்டத்தின் முன்னேற்றத்தை அவர் நேரடியாகக் கண்காணிக்கிறார். இத்திட்டத்தைக் குறிப்பிட்ட தேதிக்குள் முடித்தாகவேண்டும். அதற்குத் தேவைப்படும் எந்த உதவிகளையும் மோடி செய்வார்' என்பதாகும்.

இது, அவர் மக்களின் கனவைத் தன் கனவாக்கி, அவர்களைக் கொண்டே அதை நனவாக்குவதைத் தெள்ளத்தெளிவாக எடுத்துக் காட்டுகிறது.

குஜராத்தில் நடைபெற்றுள்ள மாற்றங்கள் ஒரே நாளில் நடந்துவிடவில்லை. மெதுவாக, கொஞ்சம் கொஞ்சமாகத்தான் நடைபெற்றன. ஆனால், அனைத்தும் திட்டமிட்டபடி, ஒன்றன் பின் ஒன்றாக, மிகச் சரியாக நடைபெற்றுள்ளன. இந்தியாவில் வேறு எந்த மாநிலத்திலும் இல்லாத அளவுக்கு முழுமையான, ஒத்திசைந்த வளர்ச்சியாக அது உள்ளது. உலகமே வியக்கத்தக்க வளர்ச்சியாகவும் அது உள்ளது.

இதற்குக் காரணம் ஒன்றுதான். நரேந்திர மோடி என்ற நபரின் ஈடு இணையற்ற தலைமைத்துவப் பண்பு.

முடிவுரை

எல்லா அரசுகளும் திட்டமிடுகின்றன. ஆனால் எத்தனை அரசுகளால் தாங்கள் நினைத்ததை அடைய முடிகிறது? திட்டங்களுக்குப் பஞ்சமில்லை; மேதாவித்தனங்களுக்கும் பஞ்சமில்லை; மெத்தப் படித்த அறிஞர்களுக்கும் பஞ்சமில்லை. ஏன், பணத்துக்கும்கூடப் பஞ்சமில்லை. ஆனால், இன்றைய இந்தியாவில் திட்டங்களைச் செயல்படுத்துவதில்தான் பஞ்சம் நிலவுகிறது.

நமது தலைவர்களுக்குத் தங்களது பிரச்னைகளைத் தீர்க்கவே நேரம் போதவில்லை. மக்களைச் சந்திக்க நேரம் ஏது? மக்கள் பிரச்னைகளைப் புரிந்துகொண்டு, அவற்றின் மூல காரணத்தைக் கண்டுபிடித்துச் சரிசெய்ய நம் தலைவர்களுக்கு நேரம் இல்லை. அல்லது திறன் இல்லை. மற்ற நாடுகளால் பல சாதனைகள் சாத்தியப்படும்போது, இந்தியர்களால் இந்தச் சாதனைகளைச் சாத்தியமாக்க முடியாதா என்ற கேள்வி இளம் இந்தியாவில் சத்தமாக எழுப்பப்படுகிறது. 'நம்மாலும் முடியும்!' என்று யார்தான் நிரூபிப்பது? நாம் வளர்ந்துவரும் நாடாகவே எப்போதும் இருக்கவேண்டுமா? வளர்ந்துவிட்ட நாடாக ஆகக்கூடாதா?

இப்படிப் பல கேள்விகளை இன்றைய இந்தியா கேட்டுக்கொண்டிருக்கிறது. இப்போது, இந்தியாவின் கலங்கரை விளக்கமாக குஜராத் மாநிலம் திகழ்கிறது. பல அறிவுரைகளுக்கும் செயல் விளக்கங்களுக்கும் அயல் நாடு செல்லும் காலம் போய், இப்போதெல்லாம் மற்ற மாநில அரசுகள் குஜராத் நோக்கிச் செல்கின்றன.

மகாத்மா காந்தியைபோல இந்தியாவின் இதயத்தைப் புரிந்து கொண்டு மக்களுக்காகத் தொண்டாற்றும் பொறுப்பும் கடமை யும் உள்ள ஒருவரை, வல்லபபாய் பட்டேலைப் போன்ற எடுத்த காரியங்களை எத்தகைய சவால்களையும் தாண்டி முடிக்ககூடிய வல்லமை கொண்ட ஒரு தலைவரை இந்தியா தேடிக்கொண் டிருக்கிறது.

இன்றைய காலகட்டத்தில் தரையில் கால் வைத்துக்கொண்டு, அதே நேரம் மிகப்பெரிய கனவுகளையும் நனவாக்கிக்கொண் டிருக்கும் நரேந்திர மோடியால்தான் இந்தியர்களின் இந்தக் கனவையும் நனவாக்க முடியும்.

பின்னிணைப்பு

உதவிய நூல்கள், கட்டுரைகள், சுட்டிகள்

1. Narendra Modi - The Architect of a Modern State, by M.V.Kamath, Kalindi Randeri
2. Economic Survey 2011-12, Government of India, Ministry of Finance,Department of Economic Affairs, Economic Division, March 2012
3. High Growth Trajectory and Structural Changes in Gujarat Agriculture, Edited by Ravindra H. Dholakia, Samar K.Datta
4. The Yoga of Education, Narendra Modi
5. Convenient Action - Gujarat Response to Challenges of Climate Change, Narendra Modi
7. Gujarat - Governance for Growth and Development, Bibek Debroy
8. Status of Tree Cover in Urban Areas of Gujarat, Gujarat Forest Department.
9. The Gujarat, An English Quarterly Magazine.
10. www.planningcommission.nic.in
11. www.censusindia.gov.in
12. www.grcgujarat.org
13. www.worldbank.org
14. www.openknowledge.worldbank.org
15. www.ai.aero
16. www.gujsail.org
17. www.financedepartment.gujarat.gov.in
18. www.cad.gujarat.gov.in
19. www.gidb.org
20. www.vibrantgujarat.com
21. www.tourism.gov.in
22. www.gujarattourism.com
23. www.rbi.org.in
24. www.rbidocs.rbi.org.in
25. www.spp.nus.edu.sg
26. www.effectivestates.org
27. www.pppinindia.com
28. www.saiindia.gov.in

29. www.gidc.gov.in
30. www.indiagovernance.gov.in
31. www.adhia.org
32. www.nisg.org
33. www.gujaratinformatics.com
34. www.nrhm-mis.nic.in
35. www.geda.gujarat.gov.in
36. www.gwssb.org
37. www.un.org
38. www.wateraid.org
39. http://articles.timesofindia.indiatimes.com/2012-06-12/edit-page/32176123_1_gujarat-narendra-modi-industrial-growth
40. http://psenthilraja.wordpress.com/2007/10/29/facts-about-gujarat-the-modi-miracle/
41. http://informatics.nic.in/news/newsdetail/newsID/276
42. www.cbi.nic.in
43. http://zeenews.india.com/news/gujarat/gujarat-police-force-youngest-crime-rate-lowest_775353.html
44. http://www.ndtv.com/article/cities/gujarat-police-have-kept-crime-rate-at-lowest-level-modi-210828
45. http://www.newstrackindia.com/search/?q=Crime+rate+in+Gujarat+list&r=all&d=
46. http://www.funlok.com/index.php/information/amazing-facts-about-gujarat.html
47. http://www.jagranjosh.com/current-affairs/national-crime-record-bureau-released-the-crime-statistics-for-2011-1341490766-1
48. http://ncrb.nic.in/
49. http://data.worldbank.org/indicator
50. http://informatics.nic.in/news/newsdetail/newsID/276
51. http://data.worldbank.org/indicator/SI.POV.GAPS/countries
52. http://data.worldbank.org/indicator/SI.POV.2DAY
53. http://censusindia.gov.in/2011census/censusinfodashboard/index.html
54. http://www.censusindia.gov.in/2011-common/census_ info.html
55. http://www.censusindia.gov.in/2011-common/Vital Statistics.html
56. http://censusindia.gov.in/
57. http://deshgujarat.com/2011/03/31/gujarats-population-is-60383628-with-19-17-growth-in-decade/
58. http://www.census2011.co.in/census/state/gujarat.html
59. http://data.worldbank.org/topic/poverty
60. http://articles.timesofindia.indiatimes.com/2011-05-14/ahmedabad/29543088_1_urban-population-urban-areas-gujarat
61. http://http://planningcommission.nic.in/eg_poverty.htm
62. www.thehindu.com/news/national/article3013870.ece
63. http://idathupaksham.wordpress.com/2010/01/05/the-tendulkar-committee-report-on-poverty-estimation/

64. http://en.wikipedia.org/wiki/Poverty_in_India
65. http://planningcommission.nic.in/data/central/index.php? data=centab
66. http://planningcommission.nic.in/reports/genrep/index.php?repts=b_repgen.htm
67. http://planningcommission.nic.in/
68. http://articles.timesofindia.indiatimes.com/2012-10-26/ahmedabad/34748847_1_urban-poverty-tendulkar-committee-poverty-line
69. http://data.worldbank.org/country/india
70. http://www.urbanindia.nic.in/theministry/statutory nautonomous/niua/niua.htm
71. http://www.urbanindia.nic.in/
72. http://www.thp.org/where_we_work/south_asia/india?gclid=CJGB25PojbQCFQh66wodSGIA6
73. http://povertydata.worldbank.org/poverty/home/
74. http://www.worldbank.org/en/topic/poverty/overview
75. http://www.gujarattourism.com/showpage.aspx? contentid=1475
76. http://www.ruraldev.gujarat.gov.in/ggy.html
77. http://www.ruraldev.gujarat.gov.in/rrdt.html
78. http://www.ruraldev.gujarat.gov.in/jeevika.html
79. http://www.ruraldev.gujarat.gov.in/tsc.html
80. http://www.ruraldev.gujarat.gov.in/sgry.html
81. http://www.gidr.ac.in/
82. http://www.gujarattourism.com/
83. http://www.narendramodi.in/category/media-coverage/
84. http://www.narendramodi.in/sk/gujarat-tourism-achieving-new-milestones-narendra-modi/
85. http://timesofindia.indiatimes.com/topic/Tourism-Corporation-of-Gujarat-Ltd
86. http://www.gujuland.com/gujarat_tourism/gujarat_ tourism_corporation_ltd.html
87. http://www.gidonline.com/industrialresources/tcgl.htm
88. http://pib.nic.in/feature/feyr2000/fmay2000/f080520001.html
89. http://www.thehindubusinessline.com/industry-and-economy/economy/article2735467.ece
90. http://www.thehindubusinessline.com/features/article3258862.ece
91. http://www.gujaratindia.com/about-gujarat/gujarat-tourism.htm
92. http://www.indiastat.com/tourism/29/foreigntourists/280/stats.aspx
93. http://www.gujarattourism.com/showpage.aspx? contentid=523&lang=English
94. http://www.gujarattourism.com/showpage.aspx?contentid =524&lang=English
95. http://www.incredibleindia.org/
96. http://tourism.gov.in/aboutus/roleandfunction.aspx
97. http://www.tfciltd.com/
98. http://www.tfciltd.com/OperationalHighlights.html

99. http://www.gujtop.com/about_us.aspx
100. http://www.thehindubusinessline.com/industry-and-economy/government-and-policy/article3489003.ece
101. http://articles.timesofindia.indiatimes.com/2003-09-23/ahmedabad/27215207_1_new-tourism-policy-foreign-tourists-tcgl
102. http://www.expresstravelworld.com/201006/market02.shtml
103. http://tourism.indiabizclub.com/info/tourism/national_tourism_policy
104. http://www.cad.gujarat.gov.in/otherinformation.htm
105. http://www.cad.gujarat.gov.in/rti-2005.htm
106. http://timesofindia.indiatimes.com/topic/Gujarat-aviation-policy/news/
107. http://articles.timesofindia.indiatimes.com/2011-04-20/ahmedabad/29450769_1_intra-state-flights-atf-market-aviation-policy
108. http://www.dnaindia.com/money/report_new-airstrips-helipads-on-the-anvil-in-gujarat_1351090
109. http://articles.economictimes.indiatimes.com/2012-07-12/news/32648646_1_gujarat-government-deccan-charters-gujsail
110. http://articles.economictimes.indiatimes.com/2012-05-22/news/31814481_1_gujsail-aviation-sector-civil-aviation
111. http://www.hindu.com/2011/02/08/stories/2011020855721500.htm
112. http://ibnlive.in.com/generalnewsfeed/news/cec-visits-proposed-girnar-ropeway-project-site-in-guj/907830.html? classic
113. http://gujarattourism.net/
114. http://www.drsknanda.com/2011/06/medical-tourism-in-gujarat/
115. http://www.business-standard.com/india/news/gujarat-has-potential-to-be-gateway-for-medical-tourism-in-india/400802/
116. http://articles.timesofindia.indiatimes.com/2012-07-01/news/32494228_1_medical-colleges-dental-college-medical-seats
117. http://www.dnaindia.com/india/report_6-new-medical-colleges-in-gujarat-soon_1596694
118. http://www.aalatimes.com/2011/04/05/gujarat-invites-proposals-for-new-medical-colleges/
119. http://www.worldcolleges.info/gujarat/Gujarat Colleges.php
120. http://www.gaims.ac.in/
121. http://www.dnaindia.com/india/report_air-shuttle-service-in-ahmedabad-from-aug-20_1727934
122. http://post.jagran.com/search/interstate-aviation-committee/Top-News/14
123. http://vivekajyoti.blogspot.in/2012/09/gujarat-2nd-best-state-government-in.html
124. http://articles.timesofindia.indiatimes.com/2011-10-20/surat/30302072_1_diamond-manufacturers-diamantaires-surat-diamond-association
125. http://www.thehindubusinessline.com/industry-and-economy/logistics/article3762810.ece
126. http://knowledgetoday.wharton.upenn.edu/2012/08/indias-latest-low-cost-and-regional-airlines-hope-to-take-off/
127. http://week.manoramaonline.com/cgi-bin/MMOnline.dll/portal/ep/theWeekContent.do?programId=1073754899&contentId=12442795

128. http://www.highbeam.com/doc/1P3-2740310661.html
129. http://www.gujsail.org/helipads.php
130. http://www.gujsail.org/goipolicies.php?mgid=13
131. http://www.aai.aero/traffic_news/aug2k12_traffic news1.jsp
132. http://www.dnaindia.com/india/report_air-traffic-control-at-ahmedabad-airport-to-be-automated_1495588
133. http://en.wikipedia.org/wiki/Sardar_Vallabhbhai_ Patel_International_ Airport
134. http://www.economist.com/node/18929279
135. http://www.spipa.gujarat.gov.in/cgg.aspx
136. http://articles.economictimes.indiatimes.com/2007-04-10/news/28394285_1_e-procurement-gujarat-tenders
137. http://www.gujaratinformatics.com/projects.html
138. http://www.gujhd.gujarat.gov.in/imp-links.htm
139. http://www.ruraldev.gujarat.gov.in/statistical-data.html
140. http://www.gidb.org/cms.aspx?content_id=44
141. http://www.gidb.org/cms.aspx?content_id=184
142. http://labourandemployment.gov.in/useful-links/useful-links-index.htm
143. http://articles.timesofindia.indiatimes.com/2012-07-06/vadodara/32565132_1_amul-milk-cows-milk-marketing-federation
144. https://en.wikipedia.org/wiki/List_of_Indian_states_by_ GDP#Growth_in_ GDP_per_capita
145. http://mospi.nic.in/6_gsdp_cur_9394ser.htm
146. http://centreright.in/2012/06/a-statistics-hitjob-to-deny-the-gujarat-development-story/
147. http://www.gujarattourism.com/showpage.aspx? contentid=1475
148. http://www.dnaindia.com/india/report_mous-worth-rs7-38-lakh-crore-for-gujarat-s-energy-sector_1494035
149. http://www.business-standard.com/india/news/gujarats-wind-power-capacity-grows-500-in-six-years/441357/
150. http://www.downtoearth.org.in/content/gujarat-set-develop-india-s-first-tidal-energy-plant
151. http://articles.timesofindia.indiatimes.com/2012-03-21/vadodara/31219622_1_new-colleges-agriculture-colleges-horticulture-college
152. http://www.ggrc.co.in/documents/GGRCBook.PDF
153. http://www.isec.ac.in/Ensuring%20Drinking%20Water.PDF
154. http://www.gidb.org/cms.aspx?content_id=204
155. http://www.dailypioneer.com/columnists/item/51912-in-gujarat-water-woes-no-more.html
156. http://egov.eletsonline.com/
157. http://www.inclusion.in/index.php?option=com_content &view=article&id=230
158. http://global.tendernews.com/
159. http://articles.timesofindia.indiatimes.com/2012-10-02/nashik/34217711_1_sanjay-khandare-nashik-municipal-corporation-river-godavari
160. http://timesofindia.indiatimes.com/city/ahmedabad/Ahmedabad-gets-Special-Mention-World-City-Prize-2012/articleshow/14842704.cms?

161. http://blogs.timesofindia.indiatimes.com/true-lies/entry/vibrant-gujarat-trips-or-tourism-junkets
162. http://articles.economictimes.indiatimes.com/2012-10-07/news/34294761_1_vibrant-gujarat-higher-growth-trajectory-growth-performance
163. http://www.esamskriti.com/essay-chapters/Gujarat~ Governance-for-Growth-and-Development-1.aspx
164. http://cires.colorado.edu/~bilham/5FebGujaratField Report.html
165. http://cires.colorado.edu/~bilham/Gujarat2001.html
166. http://asc-india.org/lib/20010126-kachchh.htm
167. http://home.iitk.ac.in/~ramesh/gujrat/gujarat.htm
168. http://www.bbc.co.uk/news/world-south-asia-12309791
169. http://indiagovernance.gov.in/files/Gujarat_Earthquake_ Rehabilitation _and_Reconstruction_Programme.pdf
170. http://indiagovernance.gov.in/docsearch.php?search =Gujarat+Earthquake &x=0&y=0
171. http://www.udd.gujarat.gov.in/
172. http://documents.worldbank.org/curated/en/2009/04/10640664/india-gujarat-emergency-earthquake-recons truction-project
173. http://www.vibrantgujarat.com/images/pdf/kutch-district-profile.pdf
174. http://articles.timesofindia.indiatimes.com/2011-08-11/ahmedabad/29875862_1_km-of-state-highways-main-roads-annual-plan
175. http://articles.timesofindia.indiatimes.com/2012-10-10/ahmedabad/34362093_1_state-highways-international-roughness-index-roads-sector
176. http://gshp.gujarat.gov.in/
177. http://www.vanbandhukalyanyojana.gujarat.gov.in/N_PPP.aspx
178. http://epaper.timesofindia.com/Default/Scripting/ArticleWin.asp?From=Search&Source=Find&Key=TOIA/2010/01/20/7/Ar00701.xml&CollName=TOI_AHMEDABAD_ DAILY_2009&DOCID=119148&Keyword=(%3Cmany%3E%3Cstem%3Emncs%3Cand%3E%3Cmany%3E%3Cstem %3Ekeen)&skin=TOINEW&AppName=1&PageLab   el=7%20&ViewMode=HTML&GZ=T
179. http://articles.timesofindia.indiatimes.com/2011-04-01/ahmedabad/29369901_1_literacy-rate-gujarat-males
180. Economic and Political Weekly (http://www.epw.in/)
181. http://www.gujaratindia.com/state-profile/socio-eco-review.htm
182. http://www.narendramodi.in/images-of-transformation-by-pravin-sheth/
183. http://www.narendramodi.in/lekh-pustika/
184. http://www.gujaratindia.com/business/policies.htm
185. http://www.gujaratindia.com/business/major-project.htm
186. http://www.inclusion.in/index.php?option=com_ content&view=article&id=230
187. http://www.rediff.com/money/2003/sep/03guj.htm
188. http://www.dtpt.com/pdfs/Gujarat_KPMGReport.pdf
189. http://www.thehindubusinessline.com/industry-and-economy/article1573827.ece
190. http://abilitygujarat.in/portal/web?#
191. http://www.gujaratcmfellowship.org/document/Agriculture/Secret%20of%20 Gujarat%20Agrarian% 20Miracle_EPW_26Dec09.pdf

192. http://ehealth.eletsonline.com/2012/10/the-agenda-of-inclusive-healthcare/
193. http://www.gujaratinformatics.com/pdf/Newsletter_ March%2007.pdf
194. http://www.indextb.com/documents/August-English-Foreign-Trade-Update-2012.pdf
195. http://www.rnbgujarat.org/
196. http://www.business-standard.com/india/news/gujarat-aims-to-excel-at-e-governance/339425/
197. http://www.thuglak.com/
198. http://burd.org.in/
199. 12th Five Year Plan, Gujarat - The growth engine of India, www.narendramodi.in/12th-five-year-plan-gujarat-the-growth-engine-of-india/
200. http://12thplan.gov.in/
201. http://indiabudget.nic.in/index.asp
202. http://financedepartment.gujarat.gov.in/budget/budget12-13.php
203. http://www.indiaurbanportal.in/pdf/swm_sess1_3.pdf
204. http://www.acronymgeek.com/GERRP/Gujarat_Earthquake_Rehabilitation_and_Reconstruction_Project
205. http://www.narendramodi.in/inaugural-speech-of-hon-chief-minister-%E2%80%93-gujarat-in-the-international-conference-on-14th-to-16th-april-2011-on-%E2%80%9Cpost-earthquake-reconstruction-%E2%80%93-lessons-learnt-and-way-forward/
206. http://www.odi.org.uk/resources/docs/4281.pdf
207. http://www.gudcltd.com/gudc-gerrp.asp
208. http://indiagovernance.gov.in/bestpractices.php?id=6
209. http://www.gwssb.org/
210. http://agri.gujarat.gov.in/
211. http://agri.gujarat.gov.in/boards_corporations/gs-agri-mark-board/index.htm
212. http://ggrc.co.in/
213. http://www.nri.gujarat.gov.in/agri-drip-irri.htm
214. http://articles.economictimes.indiatimes.com/2012-08-27/news/33425073_1_tribal-farmers-gujarat-government-water-level
215. http://news.oneindia.in/2006/06/21/gujarat-offers-50-pc-subsidy-on-drip-irrigation-1150833773.html
216. http://www.gseb.com/
217. http://www.gsecl.in/
218. http://en.wikipedia.org/wiki/Gujarat_State_Electricity_ Corporation_Limited
219. http://www.organiser.org/Encyc/2012/6/1/SPOTLIGHT-ON-GUJARAT.aspx?NB=&lang=4&m1=&m2=&p1=&p2=&p3=& p4=&PageType=N